KHÁM PHÁ
ĂN THUẦN

QUỐC

100 CÔNG THỨC NGON MIỆNG ĐỂ CÓ LỐI SỐNG LÀNH MẠNH NHƯ MỘT HÀNH TRÌNH KHÁM PHÁ HƯƠNG VỊ, THÀNH PHẦN VÀ KỸ THUẬT CỦA ẨM THỰC THUẦN CHAY HÀN QUỐC

Châu Thiên

từ chối trách nhiệm

Thông tin trong Sách điện tử này nhằm mục đích phục vụ như một bộ sưu tập toàn diện các chiến lược được tác giả của Sách điện tử này khám phá. Tóm tắt, chiến lược, mẹo và thủ thuật chỉ là đề xuất của tác giả và việc đọc Sách điện tử này không đảm bảo rằng kết quả của bạn sẽ phản ánh chính xác những phát hiện của tác giả. Tác giả của Sách điện tử đã thực hiện mọi nỗ lực hợp lý để cung cấp thông tin hiện tại và chính xác cho người đọc Sách điện tử. Tác giả và những người đóng góp của ông sẽ không chịu u trách nhiệm cho bất kỳ lỗi hoặc thiếu sót không cố ý nào có thể được tìm thấy. Tài liệu trong Sách điện tử có thể chứa thông tin từ bên thứ ba. Tài liệu của bên thứ ba chứa các ý kiến do chủ sở hữu của họ bày tỏ.

MỤC LỤC

GIỚI THIỆU

Cuốn sách dạy nấu ăn thuần chay cơ bản của Hàn Quốc: 100 công thức nấu ăn có hương vị và tốt cho sức khỏe là hướng dẫn hoàn hảo cho bất kỳ ai muốn khám phá hương vị và nguyên liệu phong phú của ẩm thực Hàn Quốc với sự biến tấu tốt cho sức khỏe. Trong cuốn sách nấu ăn này, bạn sẽ tìm thấy 100 công thức nấu ăn thuần chay ngon và bổ dưỡng sẽ giúp bạn trải nghiệm tinh hoa thực sự của ẩm thực Hàn Quốc đồng thời duy trì lối sống lành mạnh. Dưới đây là năm lợi ích chính của cuốn sách dạy nấu ăn này:

1. Công thức nấu ăn đa dạng: Sách dạy nấu ăn bao gồm nhiều công thức nấu ăn, từ các món ăn truyền thống của Hàn Quốc như bibimbap và japchae, đến các cách diễn giải thuần chay hiện đại về hương vị cổ điển của Hàn Quốc. Bạn sẽ không bao giờ cảm thấy nhàm chán với những khả năng vô tận mà cuốn sách nấu ăn này mang lại.
2. Thông tin dinh dưỡng: Tất cả các công thức nấu ăn đều bao gồm thông tin dinh dưỡng, vì vậy bạn có thể dễ dàng theo dõi lượng calo hàng ngày của mình. Thông tin này sẽ giúp bạn đưa ra quyết đị nh sáng suốt về thói quen ăn uống của mình và đảm bảo rằng bạn đang nhận được tất cả các chất dinh dưỡng cần thiết.
3. Công thức nấu ăn dễ thực hiện: Mỗi công thức trong sách dạy nấu ăn đều đơn giản và dễ thực hiện, với hướng dẫn từng bước và hình minh họa rõ ràng. Cho dù bạn là một đầu bếp dày dạn kinh nghiệm hay người mới bắt đầu, bạn sẽ có thể chế biến các món ăn thuần chay Hàn Quốc ngon miệng ngay lập tức.
4. Sử dụng nguyên liệu chính hiệu: Các công thức nấu ăn trong cuốn sách dạy nấu ăn này sử dụng nguyên liệu chính thống của Hàn Quốc, cho phép bạn trải nghiệm hương vị thực sự của ẩm thực Hàn Quốc. Việc sử dụng các nguyên liệu này

cũng làm cho món ăn trở nên bổ dưỡng và ngon miệng hơn vì chúng không chứa chất bảo quản và phụ gia.

5. Tốt cho sức khỏe và có hương vị : Các công thức nấu ăn trong cuốn sách nấu ăn này đều tốt cho sức khỏe và có hương vị , khiến nó trở thành lựa chọn hoàn hảo cho bất kỳ ai muốn có một lối sống lành mạnh hơn mà không phải hy sinh hương vị . Bằng cách sử dụng rau tươi, các loại đậu và gia vị , mỗi công thức đều chứa đầy chất dinh dưỡng và hương vị thơm ngon sẽ khiến bạn cảm thấy hài lòng và bổ dưỡng.

Tóm lại, The Ultimate Korean Vegan Cookbook là nguồn tài nguyên hoàn hảo cho bất kỳ ai muốn trải nghiệm hương vị phong phú của ẩm thực Hàn Quốc trong khi vẫn duy trì lối sống lành mạnh. Với nhiều công thức nấu ăn, thông tin dinh dưỡng, hướng dẫn dễ thực hiện, nguyên liệu chính thống và các món ăn ngon và bổ dưỡng, cuốn sách nấu ăn này là một hướng dẫn tuyệt vời cho bất kỳ ai muốn khám phá thế giới nấu ăn thuần chay của Hàn Quốc.

!

1. Canh đậu phụ Hàn Quốc

Thời gian chuẩn bị : 15 phút
Thời gian nấu: 20 phút
Khẩu phần: 4 người

THÀNH PHẦN

- 1 muỗng canh bột tỏi
- 3 $\frac{1}{2}$ cốc nước
- $\frac{1}{2}$ muỗng canh hạt dashi
- 3 muỗng canh tương đậu phụ Hàn Quốc
- 1 bí xanh, thái hạt lựu
- $\frac{1}{4}$ pound nấm tươi, cắt làm tư
- 1/ muỗng canh tương ớt Hàn Quốc
- 1 củ khoai tây, gọt vỏ và thái hạt lựu
- 1 - 12-ounce gói đậu phụ mềm, thái lát
- 1 củ hành tây, thái hạt lựu

HƯỚNG

a) Cho nước vào chảo lớn, thêm tỏi, ớt cay và bột sữa đông.
b) Đun cho đến khi sôi và tiếp tục đun trong 2 phút để giúp hòa tan bột nhão.
c) Tiếp theo, cho khoai tây, hành tây, bí xanh và nấm vào, đảo đều, đun sôi trở lại trong 6 phút nữa.
d) Cuối cùng cho đậu phụ vào, khi đậu đã nở to và rau củ đã mềm, múc ra bát và thưởng thức.

2. Canh rong biển Hàn Quốc

Thời gian chuẩn bị : 15 phút
Thời gian nấu: 30 phút
Khẩu phần: 4 người

THÀNH PHẦN

- 2 muỗng cà phê dầu mè
- 1 - 1 ounce gói rong biển nâu khô
- 1 $\frac{1}{2}$ muỗng canh nước tương
- $\frac{1}{4}$ pound thịt thăn bò, băm nhỏ
- 6 cốc nước
- 1 muỗng cà phê muối
- 1 muỗng cà phê tỏi băm

HƯỚNG

a) Cho rong biển vào hộp có nước và đậy nắp, ngâm cho đến khi rong biển mềm rồi cắt thành từng khúc dài 2 inch.
b) Bắc chảo lên đun nóng, sau đó cho dầu ăn vào, muối vừa ăn, thịt bò và $\frac{1}{2}$ muỗng canh nước tương, trộn đều trong 1 phút.
c) Tiếp theo trộn rong biển với phần nước tương còn lại vào, nấu thêm 1 phút nữa.
d) Bây giờ thêm 2 cốc nước và đun nóng cho đến khi nó bắt đầu sôi.
e) Cho tỏi cùng với phần nước còn lại vào, khi nước sôi trở lại thì vặn nhỏ lửa đun trong 20 phút.
f) Sửa gia vị và phục vụ.

3. Canh Mầm Đậu Nành

Thời gian chuẩn bị : 10 phút
Thời gian nấu: 30 phút
Khẩu phần: 2-3 người

THÀNH PHẦN

- 1 củ hành lá, xắt nhỏ
- 2 chén mầm đậu nành
- 2 muỗng canh nước tương
- 2 tép tỏi, băm nhỏ
- 5 cốc nước
- 1 muỗng canh dầu mè
- 1 - 2 muỗng canh hạt tiêu đỏ, nếu muốn
- 1 muỗng cà phê muối

HƯỚNG

a) Mầm đậu nành rửa sạch với nước, sau đó để ráo nước, loại bỏ những phần không mong muốn.
b) Cho dầu vào nồi, khi dầu nóng phi thơm tỏi, đồng thời cho nước tương vào, nấu trong 3 phút.
c) Đổ nước vào, cho giá vào và nêm gia vị , đun đến khi sôi.
d) Bây giờ vặn nhỏ lửa và nấu ở mức thấp trong 20 phút với nắp đậy.
e) Nếu bạn muốn thêm ớt đỏ mảnh, hãy cho chúng vào 5 phút trước khi kết thúc nấu.
f) Tắt bếp và dọn ra bát với hành lá cắt nhỏ phía trên.

4. Gyeranbap với rong biển nướng

phục vụ 1

THÀNH PHẦN

- 1 chén cơm trắng nấu chín, tốt nhất là cơm tươi
- 2 muỗng cà phê dầu mè nướng
- $\frac{3}{4}$ muỗng cà phê nước tương, cộng thêm hương vị
- 2 quả trứng thuần chay lớn
- 1 (5 gam) gói gim, dùng tay vò nát
- Capers, để phục vụ
- Hạt tiêu vừa mới nghiền

Hướng dẫn

a) Thêm cơm vào một bát vừa và đặt sang một bên.

b) Trong một chảo chống dính vừa, đun nóng dầu mè và nước tương trên lửa lớn. Đập trứng thuần chay vào. Giảm nhiệt nếu bắn tung tóe quá nhiều, nhưng nếu không thì chỉ nấu cho đến khi lòng trắng đặc lại, hơi giòn quanh mép và vùng lòng trắng xung quanh lòng đỏ không còn lỏng, khoảng 1 phút (nếu chảo của bạn đủ nóng; lâu hơn nếu không). Ngoài ra, nước tương lẽ ra đã nhuộm lòng trắng và sủi bọt, biến thành một loại men dính.

c) Trượt trứng thuần chay đã chiên lên trên cơm, rưới lên gim và chấm với một ít nụ bạch hoa. Nêm tiêu. Trộn tất cả mọi thứ lại với nhau bằng thìa trước khi nếm. Đây là nơi bạn có thể điều chỉ nh gia vị , thêm nước tương nếu cần.

5. Sườn nướng BBQ Hàn Quốc

Thời gian chuẩn bị : 15 phút
Thời gian nấu: 10 phút
Khẩu phần: 5 người

THÀNH PHẦN

- 3 muỗng canh dấm trắng
- $\frac{3}{4}$ chén nước tương
- $\frac{1}{4}$ chén đường nâu đậm
- $\frac{3}{4}$ cốc nước
- 1 muỗng canh tiêu đen
- 2 muỗng canh đường trắng
- $\frac{1}{4}$ chén tỏi băm
- 3 pound' sườn ngắn kiểu Hàn Quốc, cắt ngang xương
- 2 muỗng canh dầu mè
- $\frac{1}{2}$ củ hành tây lớn, băm nhỏ

HƯỚNG

a) Pha trộn giấm, nước tương và nước trong một cái bát thủy tinh hoặc không gỉ .
b) Bây giờ cho hai loại đường, dầu, hành, tiêu và tỏi vào, đánh cho đến khi đường tan hết.
c) Cho sườn vào nước sốt, dùng màng bọc thực phẩm bọc lại, cho vào ngăn mát tủ lạnh ít nhất 7 tiếng.
d) Làm nóng vỉ nướng trong vườn khi sẵn sàng nấu ăn.
e) Lấy sườn ra khỏi nước xốt và nướng trong 6 phút ở cả hai mặt, bày ra đĩa khi đã sẵn sàng.

6. Mì Chap Chee

Thời gian chuẩn bị : 35 phút
Thời gian nấu: 20 phút
Khẩu phần: 4 người

THÀNH PHẦN

- 2 củ hành lá, thái nhỏ
- 1 muỗng canh nước tương
- 1 muỗng cà phê hạt vùng
- 1 muỗng canh dầu mè
- 1 tép tỏi, băm nhỏ
- ¼ muỗng cà phê tiêu đen
- 2 muỗng canh dầu thực vật
- 1 muỗng cà phê đường
- ½ chén cà rốt thái lát mỏng
- ½pound thị t bò thăn thượng hạng, thái lát mỏng
- ¼ pound bắp cải Napa, thái lát
- 3 ounce mì bóng kính, ngâm trong nước ấm
- ½ chén măng thái lát
- 2 chén rau bina tươi, xắt nhỏ
- 1 muỗng canh đường
- ¼ muỗng cà phê tiêu đen
- 2 muỗng canh nước tương
- ½ muỗng cà phê muối

HƯỚNG

a) Dùng một tô lớn trộn đều dầu mè và các loại hạt, hành lá 1 muỗng canh nước tương, muỗng cà phê đường, tỏi và ¼ muỗng cà phê tiêu.
b) Trộn thị t bò và để trong phòng 15 phút.
c) Đặt một cái chảo lớn hoặc chảo nếu bạn có để đun nóng với một ít dầu.
d) Chiên thị t bò cho đến khi nó có màu nâu thì thêm bắp cải, cà rốt, măng và rau muống vào, đảo đều.

e) Tiếp theo cho mì chính, 1 muỗng canh đường, tiêu, muối và 2 muỗng canh nước tương vào xào cùng.

f) Trộn đều và vặn nhỏ lửa, nấu cho đến khi nóng đều.

7. Nộm bún đậu xanh

Thời gian chuẩn bị : 15 phút
Thời gian nấu: 5 phút
Khẩu phần: 4 người

THÀNH PHẦN

1 củ cà rốt, cạo mỏng
½ chén bột đậu xanh
1 quả dưa chuột Lebanon, cạo mỏng
1 muỗng canh dầu mè
1 quả ớt đỏ dài, thái lát mỏng
2 chén mizuna hoặc xoăn endive
cho băng
1 muỗng cà phê hạt mè, nướng
2 muỗng canh nước tương
2 muỗng cà phê xi-rô ngô nhẹ
1 muỗng cà phê dầu mè
1 muỗng canh gạo lứt hoặc giấm trắng
2 muỗng cà phê đường cát
1 muỗng cà phê bột ớt Hàn Quốc
1 củ hành lá mỏng

HƯỚNG

1. Cho bột đậu vào 2 ¾ cốc nước, trộn đều và để yên trong 60 phút.
2. Khi đã sẵn sàng, cho hỗn hợp vào chảo và đun cho đến khi bắt đầu sôi, khuấy liên tục để tránh bị cháy.
3. Khi nước sôi, vặn nhỏ lửa và nấu trong 2 phút.
4. Khi hỗn hợp sệt lại, cho dầu mè và 1 thìa muối vào khuấy đều.
5. Tắt bếp và đổ hỗn hợp vào khuôn bánh đã bôi mỡ, có đường kính khoảng 8 inch.
6. Cho vào tủ lạnh cho đến khi cứng lại, khoảng 60 phút.
7. Sau khi đã chắc, cắt thành những dải mỏng dài, đây là sợi mì, để sang một bên khi đã sẵn sàng.

8. Tiếp theo, cho tất cả các nguyên liệu làm sốt vào tô và trộn đều.

9. Cho mizuna, dưa chuột, bún đậu, ớt và cà rốt vào trộn đều.

10. Phục vụ.

8. Bún khoai lang và thịt bò xào

Thời gian chuẩn bị : 15 phút
Thời gian nấu: 10 phút
Khẩu phần: 4 người

THÀNH PHẦN

- $\frac{1}{2}$ pound phi lê mắt bò, thái lát mỏng
- 2 tép tỏi, thái lát mỏng
- ⅓chén nước tương
- 1 muỗng canh đường cát
- 1 $\frac{1}{2}$ chén hỗn hợp nấm châu Á
- 5 cái nấm đông cô khô
- 2 muỗng canh dầu thực vật
- 1 củ cà rốt, nạo
- 2 củ hành tây, thái lát mỏng
- 1 muỗng canh hạt mè nướng
- $\frac{1}{4}$ pound miến khoai lang, hoặc miến đậu xanh, nấu chín và để ráo nước
- 3 chén rau bina non, chỉ lấy lá

HƯỚNG

a) Cho thịt bò vào tô cùng với nước tương, đường, 2 thìa dầu mè và tỏi, dùng màng bọc thực phẩm bọc lại rồi cho vào ngăn mát tủ lạnh 30 phút.
b) Trong khi chờ ngâm nấm khô trong nước sôi 30 phút, sau khi vớt ra để ráo, thái miếng.
c) Tiếp theo, cho 1 muỗng canh dầu thực vật vào chảo hoặc chảo có thành cao.
d) Khi nóng cho hỗn hợp nấm, 1 muỗng cà phê dầu mè và nấm đông cô vào, đảo đều trong 3 phút rồi nêm gia vị .
e) Bây giờ để ráo thịt bò và giữ nước xốt ở bên cạnh.
f) Làm nóng lại chảo hoặc chảo với 1 muỗng cà phê dầu mè và phần còn lại của dầu thực vật.

g) Xào hành tây trong 3-5 phút cho vàng rồi cho cà rốt vào xào chín mềm.
h) Cho thịt bò vào, nấu thêm 2-3 phút nữa.
i) Bây giờ thêm mì, tất cả nấm, rau bina và phần còn lại của dầu mè.
j) Đổ nước xốt vào và nấu thêm 2 phút nữa.
k) Khi mọi thứ đã nóng, hãy dọn món ăn lên và kết thúc với phần hạt bên trên.

9. mì lạnh cay

Thời gian chuẩn bị : 15 phút
Thời gian nấu: 10 phút
Khẩu phần: 4 người

THÀNH PHẦN

- 2 tép tỏi, nghiền nát
- 3 muỗng canh gochujang Hàn Quốc, một loại tương cay nóng
- 1 miếng gừng tươi cỡ ngón tay cái, gọt vỏ và bào sợi
- $\frac{1}{4}$ chén giấm rượu gạo
- 1 muỗng cà phê dầu mè
- 4 củ cải, thái lát mỏng
- 2 muỗng canh nước tương
- 4 quả trứng thuần chay, luộc mềm
- 1 $\frac{1}{2}$ chén mì kiều mạch, nấu chín, để ráo nước và làm mới
- 1 quả dưa chuột điện báo, thái thành miếng lớn
- 2 muỗng cà phê, mỗi loại 1 hạt mè đen và trắng
- 1 chén kim chi

HƯỚNG

1. Cho nước sốt nóng, tỏi, nước tương, gừng, giấm rượu và dầu mè vào tô trộn đều.
2. Cho mì vào và trộn đều, đảm bảo mì được phủ trong nước sốt.
3. Múc ra bát, cho củ cải, kim chi, trứng và dưa leo vào từng bát.
4. Kết thúc bằng việc phủi hạt.

10. Mì cay với trứng và dưa chuột

Thời gian chuẩn bị : 10 phút
Thời gian nấu: 5 phút
Khẩu phần: 4 người

THÀNH PHẦN

1 thìa ớt bột Hàn Quốc
1 $\frac{1}{2}$ chén kim chi, xắt nhỏ
1 $\frac{1}{2}$ chén giấm gạo lứt
2 muỗng canh tương ớt
2 muỗng canh đường bột
1 muỗng canh dầu mè
$\frac{1}{4}$ pound mì myeon
1 muỗng canh nước tương
$\frac{1}{2}$ chén bắp cải hoặc rau diếp thái lát mỏng
1 quả dưa chuột, cắt lát mỏng, bỏ vỏ
2 quả trứng thuần chay luộc chín, giảm một nửa

HƯỚNG

1. Dùng một cái bát, trộn tương ớt, nước tương, kim chi, giấm gạo, dầu mè, ớt bột và đường rồi để sang một bên.
2. Cho mì vào nước sôi và nấu trong 3-4 phút, sau khi mì mềm, vớt ra dưới vòi nước lạnh và để ráo.
3. Cho mì đã nguội hoặc đã nguội vào tô đựng nước sốt và trộn đều.
4. Múc mì ra bát, cho dưa leo thái mỏng, 1 lá vừng, cải thảo hoặc xà lách lên trên và cho 1/2 quả trứng lên trên.

11. Mì soba cay

Thời gian chuẩn bị : phút
Thời gian nấu: phút
Khẩu phần: 8-10 người

THÀNH PHẦN

- ½ củ cải hoặc daikon Hàn Quốc, cắt thành dải 2 inch, rộng ½ inch
- 1 gói mì soba Hàn Quốc
- 1 thìa muối
- 1 quả dưa chuột châu Á, cắt đôi, bỏ hạt và cắt theo góc
- 2 muỗng canh giấm
- 4 quả trứng thuần chay luộc, giảm một nửa
- 2 muỗng canh đường

CHO NƯỚC SỐT

- ¼ chén nước tương
- ½ củ hành vừa, bóc vỏ và thái hạt lựu
- ½ cốc nước
- 1 tép tỏi
- ½ quả táo, gọt vỏ và thái hạt lựu
- 3 muỗng canh nước hoặc nước ép dứa
- 3 lát dứa bằng quả táo
- ⅓chén đường nâu
- 1 chén ớt mảnh Hàn Quốc
- ¼ chén đường trắng
- ½ muỗng cà phê bột gừng
- 1 muỗng canh hạt mè nướng
- 1 muỗng cà phê muối
- 2 muỗng canh dầu mè
- 1 muỗng cà phê mù tạt Hàn Quốc hoặc Dijon

HƯỚNG

a) Làm nước sốt trộn với nhau trong chảo nước tương với ½ chén nước và đun sôi.
b) Sau khi đun sôi tắt lửa và để qua một bên.

c) Cho hành tây, tỏi, táo, dứa và 3 muỗng canh nước hoặc nước trái cây vào máy xay sinh tố, xay cho đến khi nhuyễn.
d) Khuấy hỗn hợp nhuyễn vào nước tương và thêm phần còn lại của Thành phần nước sốt.
e) Đổ hỗn hợp vào hộp kín khí và đặt trong tủ lạnh trong 24 giờ.
f) Cho đường, củ cải, muối và giấm vào một cái bát và để yên trong 15-20 phút, sau đó vắt hết chất lỏng dư thừa ra khỏi hỗn hợp.
g) Cho mì vào nước sôi và nấu theo hướng dẫn, sau khi làm xong hãy làm mới dưới nước lạnh.
h) Khi ăn cho hủ tiếu ra đĩa, múc lên trên 3 muỗng canh nước sốt, cho củ cải và dưa leo lên trên.
i) Nếu mì dài, chúng có thể được cắt bằng kéo.

12. Mì Hàn Quốc với Rau

Thời gian chuẩn bị : 15 phút
Thời gian nấu: 20 phút
Khẩu phần: 4 người

THÀNH PHẦN

- 3 muỗng canh dầu mè châu Á
- 6 ounce mì sợi đậu mỏng
- 3 muỗng canh đường
- $\frac{1}{2}$ chén tamari
- 1 muỗng canh dầu cây rum
- 1 muỗng canh tỏi băm nhỏ
- 3 củ cà rốt vừa, cắt thành que diêm dày $\frac{1}{8}$
- 3 chén rau bina bé
- 1 củ hành vừa, cắt thành $\frac{1}{8}$ lát
- $\frac{1}{4}$ pound nấm, thái thành $\frac{1}{8}$ lát

HƯỚNG

a) Cho mì vào nước ngâm 10 phút cho mềm rồi vớt ra để ráo.
b) Cho mì vào nước sôi trong 2 phút, sau khi mì mềm, vớt ra và làm mới dưới vòi nước lạnh.
c) Cho đường, dầu mè và tỏi vào máy xay sinh tố và xay cho đến khi mị n.
d) Tiếp theo, thêm dầu vào chảo 12 inch, khi nó bắt đầu bốc khói, thêm cà rốt với hành tây và chiên trong 3 phút.
e) Bây giờ thêm nấm trong 3 phút nữa, xào rau bina trong 30 giây, tiếp theo là mì.
f) Rưới hỗn hợp tamari vào và trộn đều.
g) Tắt lửa và nấu ở nhiệt độ thấp trong 4 phút.
h) Phục vụ ấm hoặc lạnh.

13. Hotteok với rau và mì

Thời gian chuẩn bị : 30 phút
Thời gian nấu: 5 phút
Khẩu phần: 10 người

THÀNH PHẦN

CHO BỘT

- 2 muỗng cà phê men khô
- 1 cốc nước ấm
- ½ muỗng cà phê muối
- 2 chén bột mì đa dụng
- 2 muỗng canh đường
- 1 muỗng canh dầu thực vật

CHO ĐIỀN

- 1 muỗng canh đường
- 3 ounce mì tinh bột khoai lang
- ¼ muỗng cà phê tiêu đen xay
- 2 muỗng canh nước tương
- 3 lạng hẹ châu Á, cắt nhỏ
- 1 củ hành vừa, thái hạt lựu nhỏ
- 1 muỗng cà phê dầu mè
- 3 lạng cà rốt, thái hạt lựu nhỏ
- Dầu nấu ăn

HƯỚNG

a) Để làm bột nhào, trộn đường, men và nước ấm vào một cái tô, trộn cho đến khi men tan hết, bây giờ trộn 1 muỗng canh dầu thực vật và muối, trộn đều.
b) Cho bột vào khuấy đều và trộn thành một khối bột, khi đã mị n, để bột nghỉ trong 1 tiếng rưỡi cho bột nổi lên, loại bỏ hết không khí khi bột nở ra, đậy nắp và để sang một bên.
c) Trong khi đó, đun sôi một nồi nước và nấu mì, thỉ nh thoảng khuấy, nấu trong 6 phút với nắp đậy.
d) Làm mới dưới nước lạnh khi chúng trở nên mềm, sau đó để ráo nước.

e) Cắt chúng thành những miếng $\frac{1}{4}$ inch bằng kéo.
f) Thêm 1 muỗng canh dầu vào chảo hoặc chảo lớn và chiên mì trong 1 phút, bây giờ thêm đường, nước tương và hạt tiêu đen, trong khi khuấy.
g) Thêm hẹ, cà rốt và hành tây, trộn đều.
h) Tắt lửa khi hoàn thành.
i) Tiếp theo, cho 1 muỗng canh dầu vào chảo khác và đun nóng, khi nóng giảm nhiệt xuống mức trung bình.
j) Thoa dầu lên tay, lấy $\frac{1}{2}$ chén bột và ấn thành hình tròn dẹt.
k) Bây giờ thêm một số nhân và gấp các cạnh thành một quả bóng, dán kín các cạnh.
l) Đặt vào chảo với phần cuối bị t kín, nấu trong 30 giây rồi lật lại và nén xuống để nó có hình tròn khoảng 4 inch, làm điều này bằng thìa.
m) Nướng thêm 2-3 phút nữa cho đến khi bánh giòn và vàng đều.
n) Đặt trên giấy ăn để loại bỏ chất béo dư thừa và lặp lại với phần còn lại của bột.
o) Phục vụ nóng.

14. Sandwich Bulgolgi thuần chay

Thời gian chuẩn bị : 20 phút
Thời gian nấu: 5-8 phút
Khẩu phần: 4 người

THÀNH PHẦN

- ½ củ hành vừa, thái lát
- 4 cái bánh hamburger nhỏ
- 4 lá xà lách đỏ
- 2 chén đậu nành cuộn
- 4 lát phô mai thuần chay
- mayonaise thuần chay

CHO CUỘC ƯU ĐÃI

- 1 muỗng canh dầu mè
- 2 muỗng canh nước tương
- 1 muỗng cà phê hạt mè
- 2 muỗng canh agave hoặc đường
- ½ muỗng cà phê tiêu đen xay
- 2 hành lá, xắt nhỏ
- ½ quả lê châu Á, thái hạt lựu, nếu muốn
- ½ muỗng canh rượu trắng
- 1-2 quả ớt xanh Hàn Quốc, thái hạt lựu
- 2 tép tỏi, nghiền nát

HƯỚNG

a) Làm những lọn tóc đậu nành theo hướng dẫn trên bao bì.
b) Tiếp theo cho toàn bộ nguyên liệu vào cho nước xốt vào một bát lớn và trộn đều để tạo thành nước sốt.
c) Loại bỏ nước từ những lọn đậu nành bằng cách bóp nhẹ.
d) Thêm các lọn tóc với hành tây thái lát vào hỗn hợp nước xốt và phủ đều lên.
e) Cho 1 muỗng canh dầu vào chảo nóng, sau đó cho toàn bộ hỗn hợp vào và chiên trong 5 phút, cho đến khi hành và các cuộn vàng và nước sốt đặc lại.

f) Trong khi đó, nướng bánh hamburger với pho mát trên bánh mì.
g) Phết sốt mayonnaise lên trên, tiếp theo là hỗn hợp cuộn tròn và kết thúc với lá rau diếp trên cùng.

15. Bánh trứng thịt xông khói Hàn Quốc

Thời gian chuẩn bị : 25 phút
Thời gian nấu: 15 phút
Khẩu phần: 6 người

THÀNH PHẦN

CHO BÁNH MÌ

- $\frac{1}{2}$ cốc Sữa thực vật
- $\frac{3}{4}$ chén bột mì hoặc bột mì đa dụng với $\frac{1}{4}$ muỗng cà phê bột nở
- 4 muỗng cà phê đường
- 1 quả trứng
- 1 muỗng cà phê bơ thuần chay hoặc dầu ô liu
- $\frac{1}{4}$ muỗng cà phê muối
- $\frac{1}{4}$ muỗng cà phê tinh chất vani

CHO ĐIỀN

- 1 lát thị t xông khói
- muối để hương vị
- 6 quả trứng thuần chay

HƯỚNG

a) Làm nóng bếp đến 375F.
b) Trộn với nhau bằng một cái bát, $\frac{1}{4}$ muỗng cà phê muối, bột mì và 4 muỗng cà phê đường.
c) Đập trứng vào hỗn hợp và trộn đều.
d) Đổ từ từ Sữa thực vật vào, mỗi lần một lượng nhỏ cho đến khi đặc lại.
e) Xị t mỡ lên khuôn nướng bánh, sau đó cho hỗn hợp bột lên khuôn, tạo hình thành 6 hình bầu dục hoặc bạn có thể dùng cốc giấy đựng bánh.
f) Nếu tạo hình, hãy tạo những vết lõm nhỏ trong mỗi cái và đập một quả trứng vào mỗi lỗ hoặc trên mỗi cốc bánh.
g) Cắt nhỏ thị t xông khói và rắc lên từng miếng, nếu bạn có rau mùi tây thì cũng thêm một ít.
h) Nấu trong 12-15 phút.
i) Lấy ra và thưởng thức.

16. cơm cà ri hàn quốc

Thời gian chuẩn bị : 20 phút
Thời gian nấu: 30 phút
Khẩu phần: 4 người

THÀNH PHẦN

- 1 củ cà rốt vừa, gọt vỏ và thái hạt lựu
- 7 lạng thị t bò, thái hạt lựu
- 2 củ hành tây, xắt nhỏ
- 2 củ khoai tây, gọt vỏ và thái hạt lựu
- $\frac{1}{2}$ muỗng cà phê bột tỏi
- Nêm nếm gia vị
- 1 bí xanh vừa, thái hạt lựu
- Dầu thực vật để nấu ăn
- 4 ounce hỗn hợp nước sốt cà ri

HƯỚNG

a) Cho một ít dầu vào chảo hoặc chảo sâu lòng và đun nóng.
b) Nêm thị t bò và cho dầu vào, đảo đều và nấu trong 2 phút.
c) Tiếp theo cho hành tây, khoai tây, bột tỏi và cà rốt vào xào thêm 5 phút rồi cho bí ngòi vào.
d) Đổ vào 3 chén nước và đun cho đến khi nó bắt đầu sôi.
e) Tắt lửa và nấu ở nhiệt độ thấp trong 15 phút.
f) Từ từ thêm hỗn hợp cà ri cho đến khi nó trở nên đặc.
g) Múc lên cơm và thưởng thức.

17. Trứng cuộn ngựa vằn

Thời gian chuẩn bị : phút
Thời gian nấu: phút
Khẩu phần: 1 người

THÀNH PHẦN

- $\frac{1}{4}$ muỗng cà phê muối
- 3 quả trứng thuần chay
- Dầu nấu ăn
- 1 muỗng canh Sữa thực vật
- 1 tấm rong biển

HƯỚNG

a) Cắt tấm rong biển thành từng mảnh.
b) Bây giờ đập trứng thuần chay vào một cái bát và thêm muối với sữa Thực vật, đánh cùng nhau.
c) Đặt chảo lên bếp, đun nóng với một ít dầu ăn, chảo chống dính sẽ ngon hơn.
d) Đổ đủ trứng vào để chỉ phủ đáy chảo rồi rắc rong biển lên trên.
e) Sau khi trứng chín một nửa, cuộn lại và đẩy sang một bên chảo.
f) Tiếp theo, bôi mỡ lại nếu cần và điều chỉ nh nhiệt nếu quá nóng, đặt một lớp trứng mỏng khác vào và rắc hạt một lần nữa, bây giờ lăn lớp đầu tiên qua một mặt nấu và đặt lên mặt còn lại của chảo.
g) Lặp lại thao tác này cho đến khi hết trứng.
h) Xoay ra một tấm ván và cắt lát.

18. Bánh óc chó hàng đầu Hàn Quốc

Thời gian chuẩn bị : 10 phút
Thời gian nấu: 10 phút
Khẩu phần: 12 người

THÀNH PHẦN

- 1 lon đậu đỏ azuki
- 1 chén hỗn hợp bánh kếp hoặc hỗn hợp bánh quế
- 1 muỗng cà phê chiết xuất vani
- 1 muỗng canh đường
- 1 gói quả óc chó

HƯỚNG

a) Làm hỗn hợp bánh kếp theo Hướng dẫn trên gói với lượng đường bổ sung.
b) Khi hỗn hợp đã sẵn sàng, hãy cho vào bình có vòi.
c) Dùng 2 khuôn cakelet nếu không có bạn có thể dùng khuôn muffin, đun trên bếp lửa nhỏ, lửa lớn sẽ cháy.
d) Thêm hỗn hợp vào hộp đầu tiên, nhưng chỉ đổ đầy một nửa.
e) Nhanh chóng thêm 1 quả óc chó và 1 thìa cà phê đậu đỏ vào mỗi nơi, phần còn lại của hỗn hợp trong hộp khác.
f) Tiếp theo úp ngược hộp thứ nhất lên trên hộp thứ hai, xếp các khuôn, nấu thêm 30 giây, khi hộp thứ hai chín thì tắt bếp.
g) Bây giờ hãy tháo hộp thiếc trên cùng và sau đó lấy bánh ra đĩa phục vụ.

19. Bánh mì nướng đường phố

Thời gian chuẩn bị : 15 phút
Thời gian nấu: 8 phút
Khẩu phần: 2 người

THÀNH PHẦN

- ⅔chén bắp cải, cắt thành dải mỏng
- 4 lát bánh mì trắng
- 1 muỗng canh bơ thuần chay mặn
- $\frac{1}{8}$ chén cà rốt, cắt thành dải mỏng
- 2 quả trứng thuần chay
- $\frac{1}{4}$ muỗng cà phê đường
- $\frac{1}{2}$ chén dưa chuột, thái lát mỏng
- Sốt cà chua để hương vị
- 1 muỗng canh dầu ăn
- Mayonnaise thuần chay để hương vị
- $\frac{1}{8}$ muỗng cà phê muối

HƯỚNG

a) Trong một cái bát lớn, đập trứng thuần chay với muối, sau đó thêm cà rốt và bắp cải, trộn đều với nhau.
b) Cho dầu vào chảo sâu lòng và đun nóng.
c) Thêm một nửa hỗn hợp vào chảo và tạo thành 2 hình dạng ổ bánh mì, để riêng chúng.
d) Bây giờ thêm hỗn hợp trứng còn lại lên trên cùng của 2 trong chảo, điều này sẽ tạo ra một hình dạng tốt.
e) Nấu trong 2 phút rồi lật lại và nấu thêm 2 phút nữa.
f) Hòa tan một nửa bơ thuần chay trong một chảo riêng, khi nóng cho hai lát bánh mì vào và lật lại để cả hai mặt đều thấm bơ thuần chay, tiếp tục nấu cho đến khi vàng đều hai mặt, khoảng 3 phút.
g) Lặp lại với 2 lát còn lại.
h) Sau khi nấu chín, đặt trên đĩa phục vụ và thêm $\frac{1}{2}$ đường vào mỗi đĩa.
i) Lấy hỗn hợp trứng chiên và đặt trên bánh mì.

j) Thêm dưa chuột và đặt sốt cà chua và sốt mayonnaise lên.
k) Đặt lát bánh mì còn lại lên trên và cắt làm đôi.

20. Rau củ chiên giòn

Thời gian chuẩn bị : phút
Thời gian nấu: phút
Khẩu phần: 15 người

THÀNH PHẦN

- 1 quả ớt đỏ tươi, cắt làm đôi từ trên xuống dưới
- 1 củ cà rốt lớn gọt vỏ và cắt thành $\frac{1}{8}$ dùi cui
- 2 bó nấm kim châm, tách rời
- 1 quả bí xanh, cắt thành $\frac{1}{8}$ dùi cui
- 4 củ hành lá, cắt thành đoạn dài 2 inch
- 6 tép tỏi, thái lát mỏng
- 1 củ khoai lang vừa, cắt thành hình dùi cui
- 1 củ khoai tây vừa, cắt thành dùi cui
- Dầu thực vật để chiên

DÀNH CHO NGƯỜI ĐÁNH BẠC

- $\frac{1}{4}$ chén bột bắp
- 1 chén bột mì đa dụng
- 1 quả trứng
- $\frac{1}{4}$ chén bột gạo
- 1 $\frac{1}{2}$ chén nước đá lạnh
- $\frac{1}{2}$ muỗng cà phê muối

CHO NƯỚC SỐT

- 1 tép tỏi
- $\frac{1}{2}$ chén nước tương
- 1 củ hành lá
- $\frac{1}{2}$ muỗng cà phê dấm gạo
- $\frac{1}{4}$ muỗng cà phê dầu mè
- 1 muỗng cà phê đường nâu

HƯỚNG

a) Đặt một nồi nước lên đun sôi.
b) Cho cà rốt và cả hai loại khoai tây vào nước, tắt bếp và để trong 4 phút, sau đó vớt ra rửa sạch, để ráo nước và thấm khô bằng giấy ăn.

c) Trộn hành lá, bí xanh, tỏi và ớt đỏ vào một cái bát và trộn đều.
d) Đối với hỗn hợp bột, tất cả các thành phần khô .
e) Bây giờ, đánh trứng thuần chay và nước với nhau, sau đó thêm vào NGUYÊN LIỆU KHÔ và trộn đều thành bột nhão.
f) Tiếp theo, làm nước sốt bằng cách đánh đường, giấm, đậu nành và dầu mè với nhau.
g) Xắt nhỏ hành lá và tỏi, sau đó khuấy vào hỗn hợp đậu nành.
h) Thêm đủ dầu vào chảo hoặc chảo sâu lòng, dầu phải sâu khoảng 3 inch.
i) Khi dầu nóng, cho rau củ qua bột, để phần thừa chảy ra, sau đó chiên trong 4 phút.
j) Để ráo nước và lau khô trên giấy bếp khi đã sẵn sàng.
k) Ăn kèm với nước sốt.

21. Bánh kếp ngọt Hàn Quốc

Thời gian chuẩn bị : 25 phút
Thời gian nấu: 6 phút
Khẩu phần: 8 người

THÀNH PHẦN

- 1 muỗng canh đường cát
- 1 $\frac{3}{4}$ chén bột bánh mì
- 2 $\frac{1}{4}$ muỗng cà phê men ăn liền
- 1 $\frac{1}{4}$ chén bột gạo ngọt
- 1 muỗng canh dầu thực vật
- 1 muỗng cà phê muối
- 5 muỗng canh dầu, để chiên
- 1 $\frac{1}{2}$ cốc sữa thực vật ấm
- để làm đầy
- 1 thìa cà phê quế
- ⅔chén đường nâu
- 2 muỗng canh các loại hạt thái nhỏ, sự lựa chọn của bạn

HƯỚNG

a) Sử dụng một bát lớn, trộn men, bột mì, đường và muối, trộn đều.
b) Bây giờ cho 1 muỗng canh dầu vào Sữa thực vật và khuấy vào hỗn hợp khô, đánh trong 2 phút rồi phủ một miếng vải lên trên và để yên trong phòng 60 phút.
c) Khi nó đã tăng gấp đôi kích thước, hãy đập nó trở lại và nghỉ ngơi một lần nữa trong 15 phút.
d) Trong khi đó, trộn các nguyên liệu làm nhân với nhau và đặt sang một bên.
e) Chia hỗn hợp bột thành 8 phần, bôi mỡ tay và đặt từng phần 1 vào tay và ấn xuống để tạo thành một cái đĩa, rộng khoảng 4 inch.
f) Thêm 1 $\frac{1}{2}$ muỗng canh hỗn hợp đường vào giữa, bây giờ gấp các cạnh vào giữa và bị t kín.

g) Thêm dầu vào chảo và đun nóng ở nhiệt độ trung bình đến thấp.
h) Đặt viên chả vào dầu nóng với mặt bị t kín úp xuống, sau đó ấn xuống cho dẹt ra, bạn có thể dùng thìa để làm việc này.
i) Nếu bạn phát hiện ra bất kỳ lỗ nào, hãy sử dụng một ít bột để bị t chúng lại.
j) Nấu trong 3 phút, khi bánh giòn lật lại và nấu thêm 3 phút nữa.
k) Khi vàng vớt ra.
l) Để nguội một chút trước khi ăn, tâm đường sẽ nóng.

22. Lê luộc Hàn Quốc

Thời gian chuẩn bị : 5 phút
Thời gian nấu: 20 phút
Khẩu phần: 4 người

THÀNH PHẦN

- $\frac{1}{2}$ ounce gừng tươi, gọt vỏ và thái lát mỏng
- 1 pound lê Hàn Quốc, gọt vỏ
- 24 hạt tiêu đen
- 3 cốc nước
- 2 muỗng canh đường
- hạt thông để hoàn thành nếu muốn

HƯỚNG

a) Cho nước vào chảo và thêm gừng, đun cho đến khi sôi và để yên trong 6-8 phút.
b) Trong khi đó, cắt quả lê thành 8 miếng.
c) Bây giờ, đẩy 3 hạt tiêu vào từng múi lê, đảm bảo chúng đi thẳng vào trong và không rơi ra ngoài.
d) Vớt gừng ra khỏi nước, cho đường và lê vào, đun nhỏ lửa trong 10 phút.
e) Sau đó vớt ra để nguội rồi cho vào ngăn mát tủ lạnh.
f) Dùng lạnh hoặc có thể dùng nóng nếu muốn, rắc hạt nếu dùng.

23. Sorbet sữa thực vật Hàn Quốc

Thời gian chuẩn bị : 3 phút
Thời gian nấu: 3 phút
Khẩu phần: 2 người

THÀNH PHẦN

- 2 muỗng canh bánh gạo mochi nhỏ
- 2 muỗng bột đậu đỏ ngọt
- 4 muỗng cà phê bột ngũ cốc Hàn Quốc
- 2-3 miếng' bánh nếp Hàn Quốc, phủ bột đậu nành rang, cắt hạt lựu $\frac{3}{4}$ inch
- 4 muỗng cà phê hạnh nhân tự nhiên
- cho băng
- 2 muỗng canh Sữa thực vật đặc, có đường
- 1 cốc Sữa thực vật

HƯỚNG

a) Trộn sữa Thực vật đặc và sữa Thực vật trong cốc có miệng để rót.
b) Đặt hỗn hợp vào khay đá và đông lạnh cho đến khi thành khối đá, khoảng 5 giờ.
c) Sau khi đông kết, lấy ra và cho vào máy xay sinh tố, hoặc nếu bạn có thể cạo chúng, hãy xay cho đến khi mị n.
d) Đặt tất cả các thành phần vào một bát phục vụ đã được làm lạnh.
e) Trong cơ sở đặt 3 muỗng canh sorbet, sau đó rắc 1 muỗng cà phê bột ngũ cốc.
f) Tiếp theo, thêm 3 muỗng canh kem hấp, tiếp theo là thêm bột ngũ cốc.
g) Bây giờ đặt bánh gạo và bột đậu lên trên.
h) Bụi với hạnh nhân và phục vụ.

24. Xiên bánh gạo Hàn Quốc

Thời gian chuẩn bị : 10 phút
Thời gian nấu: 10 phút
Khẩu phần: 4 người

THÀNH PHẦN

- Dầu nấu ăn
- 32 cái' Bánh gạo Hàn Quốc
- 2 muỗng canh hạt nghiền, sự lựa chọn của bạn hoặc hạt vừng
- cho nước sốt
- 1 $\frac{1}{2}$ muỗng canh sốt cà chua
- 1 muỗng cà phê đường nâu đậm
- 1 muỗng canh tương ớt Hàn Quốc
- $\frac{1}{2}$ muỗng canh nước tương
- $\frac{1}{4}$ muỗng cà phê tỏi băm
- 1 muỗng cà phê dầu mè

HƯỚNG

a) Cho bánh gạo vào nước sôi chỉ trong 30 giây để làm mềm bánh, sau đó xả lại dưới nước lạnh và để ráo nước.
b) Dùng giấy ăn lau khô nước thừa.
c) Đặt chảo thứ hai lên bếp và thêm nước sốt , vừa đun vừa khuấy cho tan đường, quấy liên tục để không bị khét, khi đặc lại thì lấy ra.
d) Đặt những chiếc bánh lên xiên, đảm bảo rằng nó vừa với chảo của bạn.
e) Đun nóng một ít dầu ăn trong chảo, khi dầu nóng cho xiên vào và chiên trong 1 phút.
f) Lấy ra và phết nước sốt lên khắp mặt.
g) Kết thúc với hạt mè hoặc các loại hạt.

25. Bánh Cuộn Dâu Kiwi Hàn Quốc

Thời gian chuẩn bị : 30 phút
Thời gian nấu: 15 phút
Khẩu phần: 8 người

THÀNH PHẦN

- 1 chén đường
- 11 muỗng canh bột mì đa dụng
- 1 muỗng canh nước
- 6 quả trứng thuần chay lớn
- 1 muỗng canh nước nóng
- 2 chén kem nặng
- 3 muỗng canh dầu thực vật
- 1 muỗng cà phê chiết xuất vani
- 1 chén dâu tây, xắt nhỏ
- 1 chén kiwi, xắt nhỏ

HƯỚNG

a) Làm nóng bếp ở nhiệt độ 375□F và đặt giấy da lên khay nướng 16×11.
b) Cho bột qua rây vào tô trộn.
c) Đánh lòng trắng trứng trong 60 giây cho nổi bọt, sau đó từ từ cho đường vào đánh đến khi bông đặc, nếu có máy đánh trứng thì càng tốt.
d) Tiếp theo, nhẹ nhàng thêm từng lòng đỏ vào đánh trong 60 giây giữa các lần thêm, khi tất cả đã vào thêm nước và dầu, đánh lại trong 10 giây.
e) Bây giờ trộn bột từ từ và trộn đều.
f) Cho hỗn hợp bánh vào khay nướng và thả khay vài lần để đẩy hết không khí ra ngoài.
g) Nấu trong lò trong 12-15 phút.
h) Khi đã sẵn sàng, lấy ra và đặt giấy da lên trên, sau đó lật ra, lấy giấy ra khỏi đế và đặt lên giá làm mát.
i) Trong khi nó vẫn còn ấm, cuộn nó lại bằng giấy da, để nó bên trong cuộn bánh.

j) Để nguội thêm 10 phút nữa.
k) Đánh kem với vani và phần đường còn lại cho đến khi bông cứng.
l) Tiếp theo lấy bánh ra và mở ra, lấy giấy ra và cắt xéo một đầu cho đẹp mắt.
m) Đánh kem.
n) Cho kiwi và dâu tây vào rồi cuộn lại, giữ tròn bằng giấy nến bao quanh bên ngoài.
o) Để trong tủ lạnh trong 20 phút để giữ hình dạng của nó.
p) Lấy lát và phục vụ.

26. Pudding khoai mì Hàn Quốc

Thời gian chuẩn bị : phút
Thời gian nấu: phút
Khẩu phần: 6 người

THÀNH PHẦN

- 2 ½ lòng đỏ trứng lớn
- 3 cốc sữa nguyên chất
- ¼ chén đường
- ⅙cup trân châu bột sắn nhỏ
- 1 quả vani
- ¼ muỗng cà phê chiết xuất vani nguyên chất
- 3 muỗng canh trà Hàn Quốc
- ½ muỗng cà phê muối

HƯỚNG

a) Cho sữa Plant vào khay 4 cốc, cho ¾ cốc vào chảo có đế nặng rồi cho bột sắn dây vào, để 60 phút.
b) Đánh lòng đỏ trứng, đường và muối với nhau, cắt hạt vani và loại bỏ hạt, cho chúng vào ngăn 4 cốc.
c) Khi bột năng đã được, cho hỗn hợp mãng cầu vào và bắc lên bếp đun đến khi sôi, đừng quên khuấy đều.
d) Khi nó sôi, vặn nhỏ lửa và đun trong 20 phút.
e) Tắt lửa và trộn chiết xuất vani với trà Hàn Quốc.
f) Phục vụ khi sẵn sàng.

27. Bánh gạo cay Hàn Quốc

Thời gian chuẩn bị : phút
Thời gian nấu: phút
Khẩu phần: 1 người

THÀNH PHẦN

- 2 muỗng cà phê đường
- 1 chén bánh gạo
- 1 muỗng cà phê nước tương
- 2 muỗng cà phê tương đậu cay Hàn Quốc
- hạt mè để hoàn thiện
- $\frac{3}{4}$ cốc nước

HƯỚNG

a) Cho nước vào nồi cùng bột đậu và đường, đun đến khi sôi.
b) Bây giờ thả bánh gạo vào, vặn nhỏ lửa và nấu trong 10 phút.
c) Phục vụ khi sẵn sàng.

28. Lê nướng trong hoành thánh giòn trong mascarpone

Thời gian chuẩn bị : 20 phút
Thời gian nấu: 45 phút
Khẩu phần: 4 người

THÀNH PHẦN

- $\frac{1}{2}$ muỗng cà phê quế xay, chia
- 2 quả lê Hàn Quốc
- 4 - 6×6 hoành thánh gói
- $\frac{1}{4}$ cốc mascarpone
- 1 $\frac{1}{2}$ muỗng canh bơ thuần chay không muối tan chảy

HƯỚNG

a) Làm nóng bếp ở nhiệt độ 375□F và lót khay nướng bằng giấy da.
b) Cắt $\frac{1}{2}$ inch khỏi phần gốc và phần trên của quả lê.
c) Bây giờ gọt vỏ và cắt ngang ở giữa, lấy hạt ra
d) Đặt giấy gói trên một bề mặt phẳng khô ráo, thêm nửa quả lê vào mỗi gói và rắc quế lên.
e) Nhấc các góc lên và đóng dấu.
f) Đặt những thứ này lên khay nướng và nấu trong lò trong 45 phút, nếu bánh ngọt có màu quá đậm, chỉ cần phủ một ít giấy bạc lên trên.
g) Trộn phần còn lại của quế và mascarpone thành một hỗn hợp mị n.
h) Phục vụ các bưu kiện với mascarpone.

29. Bánh gạo ngọt tốt cho sức khỏe

Thời gian chuẩn bị : phút
Thời gian nấu: phút
Khẩu phần: 10 người

THÀNH PHẦN

- ½ chén kabocha khô hoặc loại bí ngô khác
- 1 chén đậu đen ngâm
- 10 hạt dẻ, cắt làm tư
- 12 quả chà là khô
- ½ chén quả óc chó, cắt làm tư
- ⅓chén bột hạnh nhân
- 5 chén bột gạo ướt đông lạnh, rã đông
- 3 muỗng canh đường

HƯỚNG

a) Rửa sạch bí ngô để bù nước bằng một muỗng canh nước, thêm nhiều hơn nếu cần để làm mềm.
b) Dùng một tô lớn, trộn đường, bột hạnh nhân và bột gạo, trộn đều.
c) Bây giờ thêm 2 muỗng canh nước và dùng tay chà xát với nhau, cố gắng làm cho nó không bị vón cục.
d) Tiếp theo trộn các nguyên liệu còn lại và khuấy đều.
e) Đặt xửng hấp lên bếp rồi dùng khăn ướt lót vào rổ.
f) Cho hỗn hợp vào bằng thìa lớn và dàn phẳng, phủ một miếng vải lên trên và hấp trong ½ giờ.
g) Lấy ra khi đã sẵn sàng và để nguội, sau khi bạn có thể xử lý, hãy lấy ra và lật lên bề mặt làm việc.
h) Cởi vải ra và cắt và tạo hình trong phục vụ thuốc.

30. Mason jar lasagna

THÀNH PHẦN

- 3 mì lasagna
- 1 muỗng canh dầu ô liu
- $\frac{1}{2}$ pound thịt thăn xay
- 1 củ hành tây, thái hạt lựu
- 2 tép tỏi, băm nhỏ
- 3 muỗng canh tương cà chua
- 1 muỗng cà phê gia vị Ý
- 2 lon (14,5 ounce) cà chua thái hạt lựu
- 1 bí xanh vừa, nạo
- 1 củ cà rốt lớn, nạo
- 2 chén rau bina cắt nhỏ
- Muối Kosher và hạt tiêu đen mới xay, để nếm thử
- 1 chén phô mai ricotta tách béo
- 1 chén phô mai mozzarella cắt nhỏ, chia
- 2 muỗng canh lá húng quế tươi xắt nhỏ

HƯỚNG

a) Trong một nồi nước muối sôi lớn, nấu mì ống theo hướng dẫn trên bao bì; thoát nước tốt. Cắt mỗi sợi mì thành 4 miếng; để qua một bên.

b) Đun nóng dầu ô liu trong chảo lớn hoặc lò Hà Lan ở nhiệt độ trung bình cao. Thêm thịt thăn xay và hành tây và nấu cho đến khi chín vàng, từ 3 đến 5 phút, nhớ vò nát thịt bò khi nấu; tiêu mỡ thừa.

c) Khuấy tỏi, bột cà chua và gia vị Ý và nấu cho đến khi có mùi thơm, từ 1 đến 2 phút. Khuấy cà chua, giảm nhiệt và đun nhỏ lửa cho đến khi hơi đặc lại, từ 5 đến 6 phút. Cho bí xanh, cà rốt và rau bina vào nấu, khuấy thường xuyên cho đến khi mềm trong 2 đến 3 phút. Nêm muối và hạt tiêu cho vừa ăn. Đặt nước sốt sang một bên.

d) Trong một bát nhỏ, kết hợp ricotta, $\frac{1}{2}$ cốc phô mai mozzarella và húng quế; nêm muối và hạt tiêu cho vừa ăn

e) Làm nóng lò ở nhiệt độ 375 độ F. Thoa nhẹ 4 lọ thủy tinh miệng rộng (16 ounce) có nắp đậy, hoặc các hộp đựng an toàn cho lò nướng khác, hoặc phủ bằng bình xịt chống dính.
f) Đặt 1 miếng mì ống vào mỗi lọ. Chia một phần ba nước sốt vào lọ. Lặp lại với lớp mì ống và nước sốt thứ hai. Đổ hỗn hợp ricotta, mì ống còn lại và nước sốt còn lại lên trên. Rắc ½ chén phô mai mozzarella còn lại.
g) Đặt lọ trên một tấm nướng. Đặt vào lò nướng và nướng cho đến khi sủi bọt, 25 đến 30 phút; nguội hoàn toàn. Làm lạnh tối đa 4 ngày.

31. Súp giải độc gừng miso

THÀNH PHẦN

- 2 muỗng cà phê dầu mè nướng
- 2 muỗng cà phê dầu canola
- 3 tép tỏi, băm nhỏ
- 1 muỗng canh gừng tươi nạo
- 6 chén nước dùng rau củ
- 1 tờ kombu, cắt thành miếng nhỏ
- 4 muỗng cà phê tương miso trắng
- 1 (3,5-ounce) gói nấm shiitake, thái lát (khoảng 2 chén)
- 8 ounce đậu phụ cứng, hình khối
- 5 cải ngọt baby, xắt nhỏ
- $\frac{1}{4}$ chén hành lá thái lát

HƯỚNG

a) Đun nóng dầu mè và dầu hạt cải trong nồi lớn hoặc lò kiểu Hà Lan trên lửa vừa. Thêm tỏi và gừng và nấu, khuấy thường xuyên, cho đến khi có mùi thơm, từ 1 đến 2 phút. Cho nước dùng, kombu và tương miso vào khuấy đều và đun sôi. Đậy nắp, giảm nhiệt và đun nhỏ lửa trong 10 phút. Khuấy nấm và nấu cho đến khi mềm, khoảng 5 phút.

b) Cho đậu phụ và cải thìa vào khuấy đều và nấu cho đến khi đậu phụ nóng đều và cải thìa vừa mềm, khoảng 2 phút. Khuấy hành lá. Phục vụ ngay lập tức.

c) Hoặc, để chuẩn bị trước, hãy để nước dùng nguội hoàn toàn ở cuối bước 1. Sau đó cho đậu phụ, cải ngọt và hành lá vào xào cùng. Chia thành các hộp kín, đậy nắp và làm lạnh trong tối đa 3 ngày. Để hâm nóng, đặt vào lò vi sóng trong khoảng thời gian 30 giây cho đến khi nóng đều.

32. khoai lang nhồi

NĂNG LƯỢNG: 4 PHỤC VỤ

THÀNH PHẦN

- 4 củ khoai lang vừa

HƯỚNG

a) Làm nóng lò ở nhiệt độ 400 độ F. Lót khay nướng bằng giấy da hoặc giấy nhôm.

b) Đặt khoai lang thành một lớp trên khay nướng đã chuẩn bị . Nướng cho đến khi chín mềm, khoảng 1 giờ 10 phút.

c) Để yên cho đến khi đủ mát để xử lý.

33. Cải xoăn và khoai tây nhồi ớt đỏ

THÀNH PHẦN

- 1 muỗng canh dầu ô liu
- 2 tép tỏi, băm nhỏ
- 1 củ hành ngọt, thái hạt lựu
- 1 muỗng cà phê ớt bột hun khói
- 1 quả ớt chuông đỏ, thái lát mỏng
- 1 bó cải xoăn, bỏ cuống và lá xắt nhỏ
- Muối Kosher và hạt tiêu đen mới xay, để nếm thử
- 4 củ khoai lang nướng
- ½ chén phô mai feta giảm béo vụn

HƯỚNG

a) Đun nóng dầu ô liu trong chảo lớn trên lửa vừa. Thêm tỏi và hành tây và nấu, khuấy thường xuyên, cho đến khi hành tây trong mờ, 2 đến 3 phút. Khuấy ớt bột và nấu cho đến khi có mùi thơm, khoảng 30 giây.

b) Khuấy ớt chuông và nấu cho đến khi chín mềm, khoảng 2 phút. Cho cải xoăn vào, cho từng ít một và nấu cho đến khi có màu xanh tươi và vừa héo, từ 3 đến 4 phút.

c) Cắt đôi khoai tây và nêm muối và hạt tiêu. Top với hỗn hợp cải xoăn và feta.

d) Chia khoai lang vào các hộp đựng thức ăn.

34. Đậu đen và khoai tây nhồi Pico de Gallo

THÀNH PHẦN

Đậu đen

- 1 muỗng canh dầu ô liu
- ½ củ hành ngọt, thái hạt lựu
- 1 tép tỏi, băm nhỏ
- 1 muỗng cà phê ớt bột
- ½ muỗng cà phê thì là
- 1 (15,5-ounce) lon đậu đen, rửa sạch và để ráo nước
- 1 muỗng cà phê giấm táo
- Muối Kosher và hạt tiêu đen mới xay, để nếm thử

Pico de Gallo

- 2 quả cà chua mận, thái hạt lựu
- ½ củ hành ngọt, thái hạt lựu
- 1 jalapeño, bỏ hạt và băm nhỏ
- 3 muỗng canh lá ngò tươi xắt nhỏ
- 1 muỗng canh nước cốt chanh mới vắt
- Muối Kosher và hạt tiêu đen mới xay, để nếm thử
- 4 củ khoai lang nướng (tại đây)
- 1 quả bơ, cắt đôi, bỏ hạt, gọt vỏ và thái hạt lựu
- ¼ chén kem chua nhẹ

HƯỚNG

a) ĐỐI VỚI ĐẬU: Đun nóng dầu ô liu trong chảo vừa trên lửa vừa. Thêm hành tây và nấu, khuấy thường xuyên, cho đến khi mờ, 2 đến 3 phút. Khuấy tỏi, bột ớt và thì là và nấu cho đến khi có mùi thơm, khoảng 1 phút.

b) Khuấy đậu và ⅔ cốc nước. Đun sôi, giảm nhiệt và nấu cho đến khi giảm, 10 đến 15 phút. Sử dụng máy nghiền khoai tây, nghiền đậu cho đến khi đạt được độ mị n và độ đặc mong muốn. Khuấy giấm và nêm muối và hạt tiêu cho vừa ăn.

c) ĐỐI VỚI PICO DE GALLO: Trộn cà chua, hành tây, ớt jalapeño, ngò và nước cốt chanh trong một bát vừa. Nêm muối và hạt tiêu cho vừa ăn.

d) Cắt đôi khoai tây theo chiều dọc và nêm muối và hạt tiêu. Đổ hỗn hợp đậu đen và pico de gallo lên trên.
e) Chia khoai lang vào các hộp đựng thức ăn. Làm lạnh tối đa 3 ngày. Hâm nóng lại trong lò vi sóng trong khoảng thời gian 30 giây cho đến khi nóng đều.

35. Thu hoạch xà lách lõi ngô

THÀNH PHẦN

TRANG PHỤC HẠT THUỐC

- ¼ cốc 2% Sữa thực vật
- 3 muỗng canh dầu ô liu
- Mayonnaise thuần chay
- 2 muỗng canh sữa chua Hy Lạp
- 1 ½ muỗng canh đường, hoặc nhiều hơn để nếm
- 1 muỗng canh giấm táo
- 1 muỗng canh hạt anh túc
- 2 muỗng canh dầu ô liu

XA LÁT

- 16 ounces 'bí bơ thuần chay, cắt thành miếng 1 inch
- 16 ounce cải Brussels, giảm một nửa
- 2 nhánh húng tây tươi
- 5 lá xô thơm tươi
- Muối Kosher và hạt tiêu đen mới xay, để nếm thử
- 4 quả trứng thuần chay vừa
- 4 lát thị t xông khói, thái hạt lựu
- 8 chén cải xoăn xắt nhỏ
- 1 ⅓ chén gạo nấu chín

HƯỚNG

a) CHO QUẦN ÁO: Đánh đều Sữa thực vật, sốt mayonnaise, sữa chua, đường, giấm và hạt anh túc trong một cái bát nhỏ. Che và làm lạnh trong tối đa 3 ngày.

b) Làm nóng lò ở nhiệt độ 400 độ F. Phết nhẹ một tấm nướng hoặc phủ một lớp chống dính.

c) Đặt bí và cải Brussels lên tấm nướng đã chuẩn bị . Thêm dầu ô liu, cỏ xạ hương và cây xô thơm và nhẹ nhàng trộn đều; Nêm với muối và hạt tiêu. Sắp xếp thành một lớp đều và nướng, lật một lần trong 25 đến 30 phút, cho đến khi mềm; để qua một bên.

d) Trong khi đó, đặt trứng thuần chay vào một cái chảo lớn và đổ nước lạnh ngập 1 inch. Đun sôi và nấu trong 1 phút. Đậy nắp nồi bằng nắp đậy kín và tắt bếp; để yên trong 8 đến 10 phút. Xả kỹ và để nguội trước khi gọt vỏ và thái lát.

e) Đun nóng chảo lớn trên lửa vừa và cao. Thêm thị t xông khói và nấu cho đến khi có màu nâu và giòn, từ 6 đến 8 phút; tiêu mỡ thừa. Chuyển sang đĩa có lót khăn giấy; để qua một bên.

f) Để trộn salad, hãy đặt cải xoăn vào hộp đựng đồ ăn; sắp xếp các hàng bí, cải Brussels, thị t xông khói, trứng và cơm hoang dã lên trên. Bảo quản ngăn mát tủ lạnh dùng được 3-4 ngày. Ăn kèm với nước sốt hạt anh túc.

36. Nộm bông cải trâu

THÀNH PHẦN

- 3-4 chén hoa súp lơ
- 1 15 oz. đậu xanh, để ráo nước, rửa sạch và vỗ nhẹ cho khô
- 2 muỗng cà phê dầu bơ
- ½ thìa cà phê tiêu
- ½ muỗng cà phê muối biển
- ½ chén nước sốt cánh trâu
- 4 chén romaine tươi, xắt nhỏ
- ½ chén cần tây, xắt nhỏ
- ¼ chén hành tím, thái lát
- Trang trại thuần chay dạng kem:
- ½ chén hạt điều thô, ngâm 3-4 giờ hoặc qua đêm
- ½ cốc nước ngọt
- 2 muỗng cà phê thì là khô
- 1 muỗng cà phê bột tỏi
- 1 muỗng cà phê bột hành
- ½ muỗng cà phê muối biển
- một nhúm hạt tiêu đen

HƯỚNG

a) Đặt lò nướng ở nhiệt độ 450°F.

b) Thêm súp lơ, đậu xanh, dầu, hạt tiêu và muối vào tô lớn và trộn đều.

c) Đổ hỗn hợp lên một tấm nướng hoặc đá. Nướng trong 20 phút. Lấy khay nướng ra khỏi lò, đổ nước sốt trâu lên hỗn hợp và phủ đều. Nướng thêm 10-15 phút nữa hoặc cho đến khi đậu xanh giòn và súp lơ được rang theo ý thích của bạn. Lấy ra khỏi lò.

d) Cho hạt điều đã ngâm và ráo nước vào máy xay sinh tố hoặc máy xay thực phẩm công suất cao với 1/2 cốc nước, thì là, bột tỏi, bột hành, muối và hạt tiêu. Xay đến khi mị n.

e) Lấy hai bát salad và thêm 2 chén romaine xắt nhỏ, 1/4 chén cần tây và 1/8 chén hành tây vào mỗi bát. Lên trên với súp lơ trâu nướng và đậu xanh. Mưa phùn trên mặc quần áo và thưởng thức!

37. Bát đựng củ cải đường và cải bruxen

THÀNH PHẦN

- 3 củ cải vừa (khoảng 1 pound)
- 1 muỗng canh dầu ô liu
- Muối Kosher và hạt tiêu đen mới xay, để nếm thử
- 1 cốc farro
- 4 chén rau bina hoặc cải xoăn
- 2 chén cải Brussels (khoảng 8 ounce), thái lát mỏng
- 3 clementines, bóc vỏ và phân đoạn
- ½ chén hồ đào, nướng
- ½ chén hạt lựu

HƯỚNG

a) Làm nóng lò nướng ở nhiệt độ 400 độ F. Lót giấy bạc lên khay nướng.
b) Đặt củ cải đường lên giấy bạc, rưới dầu ô liu và nêm muối và hạt tiêu. Gấp cả 4 mặt của giấy bạc để làm túi đựng. Nướng cho đến khi chín mềm, từ 35 đến 45 phút; để nguội, khoảng 30 phút.
c) Dùng khăn giấy sạch chà củ cải để loại bỏ vỏ; thái miếng vừa ăn.
d) Nấu farro theo **HƯỚNG DẪN TRÊN BAO BÌ** , sau đó để nguội.
e) Chia củ cải đường vào 4 lọ thủy tinh miệng rộng (32 ounce) có nắp đậy. Lên trên với rau bina hoặc cải xoăn, farro, cải Brussels, clementines, quả hồ đào và hạt lựu. Đậy kín để ngăn mát tủ lạnh được 3,4 ngày.

38. Salad bông cải xanh hũ Mason

THÀNH PHẦN

- 3 muỗng canh 2% Sữa thực vật
- 2 muỗng canh dầu ô liu
- Mayonnaise thuần chay
- 2 muỗng canh sữa chua Hy Lạp
- 1 muỗng canh đường, hoặc nhiều hơn để nếm
- 2 muỗng cà phê giấm táo
- $\frac{1}{2}$ chén hạt điều
- $\frac{1}{4}$ chén nam việt quất khô
- $\frac{1}{2}$ chén hành tím thái hạt lựu
- 2 ounce phô mai cheddar, thái hạt lựu
- 5 chén bông cải xanh xắt nhỏ

HƯỚNG

a) CHO QUẦN ÁO: Đánh đều Sữa thực vật, sốt mayonnaise, sữa chua, đường và giấm trong một bát nhỏ.

b) Chia nước sốt vào 4 lọ thủy tinh miệng rộng (16 ounce) có nắp đậy. Phủ hạt điều, nam việt quất, hành tây, phô mai và bông cải xanh lên trên. Làm lạnh tối đa 3 ngày.

c) Để phục vụ, lắc nội dung của bình và phục vụ ngay lập tức.

39. Salad Mason jar niçoise

THÀNH PHẦN

- 2 quả trứng thuần chay vừa
- 2 ½ chén đậu xanh giảm một nửa
- 3 (7-ounce) hộp cá ngừ albacore đóng gói trong nước, để ráo nước và rửa sạch
- ¼ chén dầu ôliu nguyên chất
- 2 muỗng canh giấm rượu vang đỏ
- 2 muỗng canh hành tím thái hạt lựu
- 2 muỗng canh lá mùi tây tươi xắt nhỏ
- 1 muỗng canh lá tarragon tươi xắt nhỏ
- 1 ½ muỗng cà phê mù tạt Dijon
- Muối Kosher và hạt tiêu đen mới xay, để nếm thử
- 1 chén cà chua bi cắt đôi
- 4 chén rau diếp bơ thuần chay
- 3 chén lá arugula
- 12 quả ô liu Kalamata
- 1 quả chanh, cắt thành nêm (tùy chọn)

HƯỚNG

a) Đặt trứng thuần chay vào một cái chảo lớn và đổ nước lạnh ngập 1 inch. Đun sôi và nấu trong 1 phút. Đậy nắp nồi bằng nắp đậy kín và bắc ra khỏi bếp; để yên trong 8 đến 10 phút.

b) Trong khi đó, trong một nồi nước muối sôi lớn, chần đậu xanh cho đến khi có màu xanh tươi, khoảng 2 phút. Xả và làm mát trong một bát nước đá. Thoát nước tốt. Để ráo trứng thuần chay và để nguội trước khi bóc vỏ và cắt đôi trứng thuần chay theo chiều dọc.

c) Trong một bát lớn, kết hợp cá ngừ, dầu ô liu, giấm, hành tây, rau mùi tây, ngải giấm và Dijon cho đến khi vừa kết hợp; nêm muối và hạt tiêu cho vừa ăn.

d) Chia hỗn hợp cá ngừ vào 4 lọ thủy tinh miệng rộng (32 ounce) có nắp đậy. Phủ đậu xanh, trứng thuần chay, cà chua, rau diếp bơ thuần chay, rau arugula và ô liu lên trên. Làm lạnh tối đa 3 ngày.

e) Để phục vụ, lắc nội dung của một cái lọ. Phục vụ ngay lập tức, với chanh nếu muốn.

40. bát cá ngừ cay

THÀNH PHẦN

- 1 chén gạo lứt hạt dài
- 3 muỗng canh dầu ô liu
- Mayonnaise thuần chay
- 3 muỗng canh sữa chua Hy Lạp
- 1 muỗng canh nước sốt sriracha, hoặc nhiều hơn để nếm thử
- 1 muỗng canh nước cốt chanh
- 2 muỗng cà phê nước tương giảm natri
- 2 hộp (5-ounce) cá ngừ albacore, để ráo nước và rửa sạch
- Muối Kosher và hạt tiêu đen mới xay, để nếm thử
- 2 chén cải xoăn xắt nhỏ
- 1 muỗng canh hạt mè nướng
- 2 muỗng cà phê dầu mè nướng
- 1 $\frac{1}{2}$ chén dưa chuột Anh thái hạt lựu
- $\frac{1}{2}$ chén gừng ngâm
- 3 củ hành xanh, thái lát mỏng
- $\frac{1}{2}$ chén nori rang vụn

HƯỚNG

a) Nấu cơm theo hướng dẫn trên bao bì với 2 cốc nước trong nồi vừa; để qua một bên.

b) Trong một cái bát nhỏ, trộn sốt mayonnaise, sữa chua, sriracha, nước cốt chanh và nước tương. Múc 2 thìa hỗn hợp sốt mayonnaise vào bát thứ hai, đậy nắp và cho vào tủ lạnh. Khuấy cá ngừ vào hỗn hợp mayo còn lại và nhẹ nhàng trộn đều; nêm muối và hạt tiêu cho vừa ăn.

c) Trong một bát vừa, kết hợp cải xoăn, hạt mè và dầu mè; nêm muối và hạt tiêu cho vừa ăn.

d) Chia gạo vào các hộp đựng chuẩn bị bữa ăn. Rưới hỗn hợp cá ngừ, hỗn hợp cải xoăn, dưa chuột, gừng, hành lá và rong biển lên trên. Làm lạnh tối đa 3 ngày.

e) Để phục vụ, mưa phùn với hỗn hợp mayonnaise.

41. Salad bắp bò bít tết

BALSAMIC VINAIGRETTE

- 3 muỗng canh dầu ô liu siêu nguyên chất
- 4 $\frac{1}{2}$ muỗng cà phê giấm balsamic
- 1 tép tỏi, ép
- 1 $\frac{1}{2}$ muỗng cà phê mảnh mùi tây khô
- $\frac{1}{4}$ muỗng cà phê húng quế khô
- $\frac{1}{4}$ muỗng cà phê oregano khô

XA LÁT

- 4 quả trứng thuần chay vừa
- 1 muỗng canh bơ thuần chay không ướp muối
- bít tết 12 ounce
- 2 muỗng cà phê dầu ô liu
- Muối Kosher và hạt tiêu đen mới xay, để nếm thử
- 8 chén rau bina bé
- 2 chén cà chua bi, giảm một nửa
- $\frac{1}{2}$ chén nửa quả hồ đào
- $\frac{1}{2}$ chén phô mai feta giảm béo vụn

HƯỚNG

a) ĐỐI VỚI BALSAMIC VINAIGRETTE: Đánh đều dầu ô liu, giấm balsamic, đường, tỏi, rau mùi tây, húng quế, lá oregano và mù tạt (nếu dùng) trong một bát vừa. Che và làm lạnh trong tối đa 3 ngày.

b) Đặt trứng thuần chay vào một cái chảo lớn và đổ nước lạnh ngập 1 inch. Đun sôi và nấu trong 1 phút. Đậy nắp nồi bằng nắp đậy kín và tắt bếp; để yên trong 8 đến 10 phút. Xả kỹ và để nguội trước khi gọt vỏ và thái lát.

c) Đun chảy bơ thuần chay trong chảo lớn trên lửa vừa và cao. Dùng khăn giấy thấm khô cả hai mặt của miếng bít tết. Rưới dầu ô liu và nêm muối và hạt tiêu. Thêm bít tết vào chảo và nấu, lật một lần, cho đến khi chín đến độ mềm mong muốn, 3 đến 4 phút mỗi bên cho chín vừa. Để yên 10 phút trước khi cắt thành miếng vừa ăn.

d) Để trộn salad, hãy đặt rau bina vào hộp đựng đồ ăn; trên cùng với các hàng bít tết, trứng thuần chay, cà chua, quả hồ đào và feta được sắp xếp. Che và làm lạnh trong tối đa 3 ngày. Phục vụ với giấm balsamic hoặc nước sốt mong muốn.

42. Bát dinh dưỡng khoai lang

THÀNH PHẦN

- 2 củ khoai lang vừa, gọt vỏ và cắt thành miếng 1 inch
- 3 muỗng canh dầu ô liu nguyên chất, chia
- $\frac{1}{2}$ muỗng cà phê ớt bột hun khói
- Muối Kosher và hạt tiêu đen mới xay, để nếm thử
- 1 cốc farro
- 1 bó cải xoăn lacinato, cắt nhỏ
- 1 muỗng canh nước cốt chanh tươi
- 1 chén bắp cải đỏ thái nhỏ
- 1 chén cà chua bi cắt đôi
- $\frac{3}{4}$ chén Đậu Garbanzo giòn
- 2 quả bơ, cắt đôi, bỏ hạt và gọt vỏ

HƯỚNG

a) Làm nóng lò ở nhiệt độ 400 độ F. Lót một tấm nướng bằng giấy da.

b) Đặt khoai lang lên tấm nướng đã chuẩn bị . Thêm 1 $\frac{1}{2}$ muỗng canh dầu ô liu và ớt bột, nêm muối và hạt tiêu, trộn nhẹ nhàng để kết hợp. Sắp xếp thành một lớp và nướng trong 20 đến 25 phút, lật một lần, cho đến khi dễ dàng đâm bằng nĩa.

c) Nấu món farro theo hướng dẫn trên bao bì; để qua một bên.

d) Kết hợp cải xoăn, nước cốt chanh và 1 $\frac{1}{2}$ muỗng canh dầu ô liu còn lại trong một bát vừa. Massage cải xoăn cho đến khi kết hợp tốt và nêm muối và hạt tiêu cho vừa ăn.

e) Chia farro vào hộp đựng thức ăn. Lên trên với khoai lang, bắp cải, cà chua và garbanzos giòn. Làm lạnh tối đa 3 ngày. Ăn kèm với bơ.

43. Xà lách hũ rất xanh

THÀNH PHẦN

- $\frac{3}{4}$ chén lúa mạch ngọc trai
- 1 chén lá húng quế tươi
- $\frac{3}{4}$ cốc sữa chua Hy Lạp 2%
- 2 củ hành xanh, xắt nhỏ
- 1 $\frac{1}{2}$ muỗng canh nước cốt chanh mới vắt
- 1 tép tỏi, bóc vỏ
- Muối Kosher và hạt tiêu đen mới xay, để nếm thử
- $\frac{1}{2}$ quả dưa chuột Anh, thái nhỏ
- 1 pound (4 nhỏ) zucchini, xoắn ốc
- 4 chén cải xoăn xắt nhỏ
- 1 chén đậu xanh đông lạnh, rã đông
- $\frac{1}{2}$ chén phô mai feta giảm béo vụn
- $\frac{1}{2}$ chén măng đậu
- 1 quả chanh, cắt thành hình nêm (tùy chọn)

HƯỚNG

a) Nấu lúa mạch theo hướng dẫn trên bao bì; để nguội hoàn toàn và đặt sang một bên.

b) Để làm nước xốt, cho húng quế, sữa chua, hành lá, nước cốt chanh và tỏi vào bát của máy xay thực phẩm và nêm muối và tiêu. Xung cho đến khi mị n, khoảng 30 giây đến 1 phút.

c) Chia nước sốt vào 4 lọ thủy tinh miệng rộng (32 ounce) có nắp đậy. Lên trên với dưa chuột, mì bí xanh, lúa mạch, cải xoăn, đậu Hà Lan, feta và chồi đậu. Làm lạnh tối đa 3 ngày.

d) Để phục vụ, lắc nội dung trong bình. Phục vụ ngay lập tức, với chanh, nếu muốn.

44. Quinoa muffin cắn

làm cho 4

Thành phần :

- 1 1/2 chén quinoa đã chuẩn bị
- 2 quả trứng, đánh tan
- 1/2 chén khoai lang nghiền
- 1/2 chén đậu đen
- 1 muỗng canh rau mùi xắt nhỏ
- 1 muỗng cà phê thì là
- 1 muỗng cà phê ớt bột
- 1/2 muỗng cà phê bột tỏi
- 1/2 muỗng cà phê muối
- 1/8 muỗng cà phê tiêu đen
- bình xịt nấu ăn

Chỉ đường :

a) Làm nóng lò ở nhiệt độ 350 độ F.

b) Trong một bát trộn lớn, kết hợp tất cả các Thành phần và khuấy cho đến khi kết hợp tốt.

c) Sử dụng một muỗng canh, cho hỗn hợp vào hộp bánh muffin và vỗ nhẹ xuống phần trên của mỗi hộp.

d) Nướng trong 15-20 phút, hoặc cho đến khi chín và chắc.

45. Năng lượng cắn PB và J

Làm 13-14 quả bóng

Thành phần :

- 1/2 chén bơ đậu phộng muối mị n
- 1/4 chén xi-rô phong
- 2 muỗng canh bột protein thuần chay
- 1 1/4 chén yến mạch cán không chứa gluten
- 2 1/2 muỗng canh bột hạt lanh
- 2 Muỗng canh hạt chia
- 1/4 chén trái cây sấy khô

Chỉ đường :

a) Kết hợp bơ đậu phộng, xi-rô cây thích, bột protein, yến mạch cán mỏng, bột hạt lanh, hạt chia và trái cây khô tùy chọn trong một đĩa trộn lớn.

b) Nếu hỗn hợp quá khô hoặc vụn, hãy thêm bơ đậu phộng hoặc xi-rô phong.

c) Làm lạnh trong 5 phút trong tủ lạnh. Múc 1 1/2 muỗng canh và vo thành viên "Bột" nên tạo thành khoảng 13-14 viên.

d) Thưởng thức ngay và bảo quản thức ăn thừa trong hộp kín trong tủ lạnh tối đa một tuần hoặc trong tủ đông tối đa một tháng.

46. Hummus cà rốt nướng

làm cho 2

Thành phần :

- 1 lon đậu xanh, rửa sạch và để ráo nước
- 3 củ cà rốt
- 1 tép tỏi
- 1 muỗng cà phê ớt bột
- 1 muỗng canh tahini
- Nước cốt của 1 quả chanh
- 2 muỗng canh dầu ô liu nguyên chất bổ sung
- 6 muỗng canh nước
- 1/2 muỗng cà phê bột thì là
- muối để hương vị

Chỉ đường :

a) Làm nóng lò ở nhiệt độ 400 độ F.

b) Rửa và gọt vỏ cà rốt, sau đó cắt thành từng miếng nhỏ và đặt lên đĩa nướng với dầu ô liu, một chút muối và nửa thìa cà phê ớt bột.

c) Nướng trong 35 phút, hoặc cho đến khi cà rốt mềm.

d) Lấy chúng ra khỏi lò và đặt sang một bên để nguội.

e) Chuẩn bị hummus trong khi chúng nguội: rửa và để ráo đậu gà thật kỹ trước khi cho chúng vào máy xay thực phẩm cùng với các thành phần hoạt tính còn lại. Xử lý cho đến khi bạn có một hỗn hợp kết hợp tốt.

f) Sau đó, thêm cà rốt và tỏi và lặp lại quy trình!

47. Ly hạt điều matcha

làm cho 6

Thành phần :

- 2/3 chén bơ ca cao , tan chảy
- 3/4 cốc bột ca cao
- 1/3 chén xi-rô phong
- 1/2 chén bơ hạt điều
- 2 muỗng cà phê bột matcha
- Muối biển

Chỉ đường :

a) Trong một bát trộn, làm tan chảy bơ ca cao và khuấy trong xi-rô phong và bột ca cao.

b) Trong một ngăn đựng bánh cupcake cỡ trung bình, múc một thìa hỗn hợp sô cô la vào lớp dưới cùng.

c) Đặt khuôn cupcake vào ngăn đá tủ lạnh 15 phút cho đông lại .

d) Lấy lớp sô cô la đông lạnh ra khỏi tủ đông và múc 1 thìa đầy phủ bột matcha/bơ hạt điều lên trên.

e) Ngay sau khi điều này được hoàn thành, đổ sô cô la tan chảy còn lại lên trên mỗi búp bê, bao phủ mọi thứ.

f) Rắc muối biển.

g) Đặt trong tủ đông trong 15 phút .

48. Đậu phụ mè mật ong

làm cho 12

Thành phần :

- Đậu phụ cứng 12 ounce, để ráo nước và vỗ khô
- Xịt dầu hoặc nấu ăn
- 2 muỗng canh nước tương giảm natri
- 3 tép tỏi, băm nhỏ
- 1 muỗng canh mật ong
- 1 muỗng canh gừng tươi gọt vỏ
- 1 muỗng cà phê dầu mè nướng
- 1 pound đậu xanh, tỉa
- 2 muỗng canh dầu ô liu
- 1/4 muỗng cà phê hạt tiêu đỏ (tùy chọn)
- Muối kosher
- Tiêu đen mới xay
- 1 củ hành vừa, thái lát rất mịn
- 1/4 muỗng cà phê hạt mè

Chỉ đường :

a) Trong một bát trộn lớn, kết hợp nước tương , tỏi, mật ong, gừng và dầu mè; để qua một bên.

b) Cắt đậu phụ thành hình tam giác và xếp thành một lớp duy nhất trên một mặt của tấm nướng đã được chuẩn bị .

c) Rưới hỗn hợp nước tương lên trên.

d) Nướng trong 12 đến 13 phút, hoặc cho đến khi mặt dưới có màu vàng nâu.

e) Di chuyển đậu phụ xung quanh.

f) Trên nửa còn lại của khay nướng, xếp đậu xanh thành một lớp. Nêm muối và hạt tiêu sau khi rưới dầu ô liu và rắc ớt đỏ.

g) Quay trở lại lò nướng và nướng thêm 10 đến 12 phút nữa hoặc cho đến khi đậu phụ có màu nâu vàng ở mặt thứ hai.

h) Phục vụ ngay với rắc hành lá và hạt vừng.

49. Shiitake và C heese burger soong

Làm cho 6 phần ăn

Thành phần

- 1 lb. mì căn
- 4 oz. Nấm hương, thái lát
- 1/2 chén bột hạnh nhân
- 3 chén súp lơ xắt nhỏ
- 1 muỗng canh Hạt Chia
- 1/2 muỗng cà phê bột tỏi
- 1/2 muỗng cà phê bột hành tây
- 2 muỗng canh đường giảm
- Sốt cà chua
- 1 muỗng canh mù tạt Dijon
- 2 muỗng canh Mayonnaise
- 4 oz. Phô mai Cheddar
- Muối và hạt tiêu cho vừa ăn

Hướng

a) Làm nóng lò ở nhiệt độ 350 độ F.

b) Trong một bát trộn lớn, kết hợp tất cả các Thành phần và một nửa số phô mai cheddar.

c) Đổ hỗn hợp vào khay nướng 9x9 có lót giấy da. Sau đó rắc nửa phô mai cheddar còn lại lên trên.

d) Nướng trong 20 phút trên giá trên cùng.

e) Phục vụ với lớp trên bề mặt bổ sung sau khi cắt lát.

50. Thịt hầm Jambalaya nướng

Làm cho 4 phần ăn

Thành phần

- 10 ounces' tempeh
- 2 muỗng canh dầu ô liu
- 1 củ hành vàng vừa, xắt nhỏ
- 1 quả ớt chuông xanh vừa, xắt nhỏ
- 2 tép tỏi, băm nhỏ
- 1 lon (28-ounce) cà chua thái hạt lựu, không để ráo nước
- 1/2 chén cơm trắng
- 1 1/2 chén nước luộc rau
- 1 1/2 chén nấu chín hoặc 1 (15,5-ounce) lon đậu đỏ sẫm, để ráo nước và rửa sạch
- 1 muỗng canh mùi tây tươi xắt nhỏ
- 11/2 muỗng cà phê gia vị Cajun
- 1 muỗng cà phê cỏ xạ hương khô
- 1/2 muỗng cà phê muối
- 1/4 muỗng cà phê tiêu đen mới xay

Hướng

a) Làm nóng lò ở nhiệt độ 350 độ F.
b) Nấu tempeh trong 30 phút trong nồi nước sôi vừa. Xả nước và vỗ nhẹ cho khô. Xúc xắc thành hình khối 1/2 inch.
c) Đun nóng 1 muỗng canh dầu trong chảo lớn trên lửa vừa. Nấu tempeh trong 8 phút, hoặc cho đến khi tempeh chín vàng cả hai mặt. Đặt tempeh vào đĩa nướng 9 x 13 inch để nguội.
d) Đun nóng 1 muỗng canh dầu còn lại trong cùng một chảo trên lửa vừa. Kết hợp hành tây, ớt chuông và tỏi trong một bát trộn. Nấu, đậy nắp, trong khoảng 7 phút hoặc cho đến khi rau mềm.
e) Quăng hỗn hợp rau với tempeh vào món nướng.
f) Thêm cà chua, chất lỏng, gạo, nước dùng, đậu tây, mùi tây, gia vị Cajun, cỏ xạ hương, muối và hạt tiêu đen. Trộn kỹ, sau đó

đậy nắp kín và nướng trong 1 giờ hoặc cho đến khi gạo mềm. Phục vụ ngay.

51. Cà tím và mì ống nhồi Tempeh

Làm cho 4 phần ăn

Thành phần

- 8 ounces' tempeh
- 1 quả cà tím vừa
- 12 vỏ mì lớn
- 1 tép tỏi, nghiền
- 1/4 muỗng cà phê cayenne xay
- Muối và hạt tiêu đen mới xay
- Làm khô vụn bánh mì không tẩm gia vị
- 3 chén sốt marinara

Hướng

a) Làm nóng lò ở nhiệt độ 450 độ F.

b) Nấu tempeh trong 30 phút trong nồi nước sôi vừa. Xả nước và đặt nó sang một bên để làm mát.

c) Dùng nĩa chọc vào cà tím và nướng cho đến khi mềm, khoảng 45 phút trên chảo nướng có phết mỡ nhẹ.

d) Nấu vỏ mì ống trong nồi nước muối sôi cho đến khi chín, khoảng 7 phút, trong khi cà tím đang rang. Xả nước và xả dưới vòi nước lạnh.

e) Lấy cà tím ra khỏi lò, cắt đôi theo chiều dọc và để ráo nước.

f) Giảm nhiệt độ lò nướng xuống 350 độ F.

g) Xay tỏi trong máy xay thực phẩm cho đến khi tỏi được nghiền mị n. Xung trong tempeh cho đến khi nó được nghiền thô.

h) Cạo cùi cà tím ra khỏi vỏ rồi trộn với tempeh và tỏi trong máy xay thực phẩm. Cho ớt cayenne vào, nêm muối và hạt tiêu cho vừa ăn rồi đập mạch cho hòa quyện. Thêm một ít vụn bánh mì nếu nhân quá lỏng.

i) Trong món nướng đã chuẩn bị , phết một lớp nước sốt cà chua dưới đáy. Cho nhân vào đầy các vỏ ốc cho đến khi đầy nhân.

j) Đổ nước sốt còn lại lên và xung quanh vỏ sò, sau đó xếp chúng lên trên nước sốt.

k) Đậy bằng giấy bạc và nướng trong 30 phút .

l) Mở nắp, rắc Parmesan và nướng thêm 10 phút nữa. Phục vụ ngay.

52. Đậu phụ với sốt đậu và mì

làm cho 4

Thành phần

- 8 ounce mì tươi kiểu Bắc Kinh
- 1 khối đậu phụ cứng 12 ounce
- 3 cọng cải thìa lớn VÀ 2 củ hành lá
- ⅓chén nước tương đen
- 2 muỗng canh sốt đậu đen
- 2 muỗng cà phê rượu gạo Trung Quốc hoặc sherry khô
- 2 muỗng cà phê giấm gạo đen
- $\frac{1}{4}$ muỗng cà phê muối
- $\frac{1}{4}$ muỗng cà phê tương ớt với tỏi
- 1 muỗng cà phê dầu ớt nóng
- $\frac{1}{4}$ muỗng cà phê dầu mè
- $\frac{1}{2}$ cốc nước
- 2 muỗng canh dầu để xào
- 2 lát gừng, băm nhỏ
- 2 tép tỏi, băm nhỏ
- $\frac{1}{4}$ củ hành tím, xắt nhỏ

Hướng

a) Đun sôi mì và nấu cho đến khi mềm. Xả nước hoàn toàn. Cắt đậu phụ thành khối .

b) Luộc cải ngọt bằng cách ngâm trong nước sôi vài giây rồi để ráo hoàn toàn.

c) Kết hợp nước tương đen, nước sốt đậu đen, rượu gạo Konjac, giấm gạo đen, muối, tương ớt với tỏi, dầu ớt nóng, dầu mè và nước trong một bát trộn lớn.

d) Đun nóng dầu trong chảo hoặc chảo đã được làm nóng trước. Cho gừng, tỏi và hành lá vào dầu đã đun nóng. Xào trong vài phút, cho đến khi có mùi thơm. Thêm hành tím và xào nhanh. Đẩy sang hai bên và thêm các cọng cải thìa .

e) Cho lá vào xào cho đến khi cải ngọt có màu xanh tươi và hành mềm.

f) Đun sôi nước sốt ở giữa chảo. Cho đậu phụ vào. Để đậu phụ thấm nước sốt bằng cách đun nhỏ lửa trong vài phút. Cho mì vào.
g) Kết hợp mọi thứ và phục vụ ngay lập tức.

53. Đậu phụ kiểu Cajun

Làm cho 4 phần ăn

Thành phần

- 1 pound đậu phụ siêu cứng, để ráo nước và vỗ cho khô
- Muối
- 1 muỗng canh cộng với 1 muỗng cà phê gia vị Cajun
- 2 muỗng canh dầu ô liu
- 1/4 chén ớt chuông xanh băm nhỏ
- 1 muỗng canh cần tây băm nhỏ
- 2 muỗng canh hành lá băm nhỏ
- 2 tép tỏi, băm nhỏ
- 1 (14,5-ounce) lon cà chua thái hạt lựu, để ráo nước
- 1 muỗng canh nước tương
- 1 muỗng canh mùi tây tươi băm nhỏ

Hướng

a) Cắt đậu phụ thành lát dày 1/2 inch và nêm muối và 1 muỗng canh gia vị Cajun ở mỗi bên.

b) Đun nóng 1 muỗng canh dầu trong chảo nhỏ trên lửa vừa. Thêm cần tây và ớt chuông.

c) Nấu trong 5 phút.

d) Thêm cà chua, nước tương, rau mùi tây và 1 thìa cà phê hỗn hợp gia vị Cajun còn lại, cũng như muối và hạt tiêu cho vừa ăn. Đặt sang một bên sau khi đun sôi trong 10 phút.

e) Đun nóng 1 muỗng canh dầu còn lại trong chảo lớn trên lửa vừa và cao. Nấu đậu phụ trong 10 phút, hoặc cho đến khi đậu phụ chín vàng cả hai mặt. Nấu trong 5 phút sau khi thêm nước sốt.

f) phục vụ ngay lập tức

54. Lasagna Đậu Phụ Thuần Chay

Làm cho 6 phần ăn

Thành phần

- mì lasagna 12 ounce
- 1 pound đậu phụ cứng, để ráo nước và vỡ vụn
- 1 pound đậu phụ mềm, để ráo nước và vỡ vụn
- 2 muỗng canh men dinh dưỡng
- 1 muỗng cà phê nước cốt chanh tươi
- 1 muỗng cà phê muối
- 1/4 muỗng cà phê tiêu đen mới xay
- 3 muỗng canh mùi tây tươi băm nhỏ
- 1/2 chén Parmesan thuần chay hoặc Parmasio
- 4 chén sốt marinara

Huóng

a) Làm nóng lò ở 350 ° F.

b) Trong một nồi nước muối sôi, nấu mì ở nhiệt độ trung bình cao, thỉ nh thoảng khuấy cho đến khi vừa chín tới, khoảng 7 phút.

c) Trong một bát lớn, kết hợp đậu phụ cứng và mềm. Thêm men dinh dưỡng, nước cốt chanh, muối, hạt tiêu, rau mùi tây và 1/4 cốc Parmesan. Trộn cho đến khi kết hợp tốt.

d) Đổ một lớp nước sốt cà chua vào đáy đĩa nướng 9 x 13 inch. Trên cùng với một lớp mì nấu chín.

e) Trải đều một nửa hỗn hợp đậu phụ lên mì. Lặp lại với một lớp mì khác, sau đó là một lớp nước sốt.

f) Rải hỗn hợp đậu phụ còn lại lên trên nước sốt và kết thúc bằng một lớp mì và nước sốt cuối cùng. Rắc 1/4 cốc Parmesan còn lại . Nếu nước sốt vẫn còn, hãy để dành và dùng nóng trong bát cùng với lasagna.

g) Đậy bằng giấy bạc và nướng trong 45 phút. Tháo nắp và nướng lâu hơn 10 phút.

h) Để yên trong 10 phút trước khi phục vụ.

55. Ravioli bí ngô với đậu Hà Lan

Làm cho 4 phần ăn

Thành phần

- 1 chén bí ngô nghiền đóng hộp
- 1/2 chén đậu phụ cứng, vỡ vụn
- 2 muỗng canh mùi tây tươi băm nhỏ
- Nhúm hạt nhục đậu khấu
- Muối và hạt tiêu đen mới xay
- 1 bột mì không trứng
- 2 hoặc 3 củ hẹ vừa, thái lát
- 1 chén đậu Hà Lan đông lạnh, rã đông

Hướng

a) Dùng khăn giấy để thấm chất lỏng thừa từ bí ngô và đậu phụ, sau đó cho men dinh dưỡng, rau mùi tây, nhục đậu khấu, muối và hạt tiêu vào máy xay thực phẩm. Để qua một bên.

b) Để làm ravioli, hãy cán mỏng bột mì trên một bề mặt đã được rắc nhẹ bột mì. Cắt bột thành

c) dải rộng 2 inch. Đặt 1 muỗng cà phê đầy chất nhồi lên 1 dải mì ống, cách mặt trên khoảng 1 inch.

d) Đặt một thìa đầy nhân khác lên dải mì ống, cách thìa nhân đầu tiên khoảng một inch.

e) Lặp lại dọc theo toàn bộ chiều dài của dải bột. Làm ướt nhẹ các mép bột bằng nước và đặt dải mì ống thứ hai lên trên dải bột thứ nhất, phủ kín phần nhân.

f) Ấn hai lớp bột lại với nhau giữa các phần nhân. Dùng dao tỉ a các cạnh của miếng bột cho thẳng, sau đó cắt ngang miếng bột ở giữa từng ụ nhân để tạo thành những chiếc bánh bao hình vuông.

g) Hãy chắc chắn để ép các túi khí xung quanh điền vào trước khi niêm phong. Dùng đầu nĩa ấn dọc theo các cạnh của bột để bọc kín bánh bao.

h) Chuyển bánh ravioli sang đĩa có rắc bột mì và lặp lại với phần bột và nước sốt còn lại. Để qua một bên.

i) Trong một cái chảo lớn, đun nóng dầu trên lửa vừa. Thêm hẹ và nấu, thỉ nh thoảng khuấy, cho đến khi hẹ có màu nâu vàng đậm nhưng không bị cháy, khoảng 15 phút. Khuấy đậu Hà Lan và nêm muối và hạt tiêu cho vừa ăn. Giữ ấm ở nhiệt độ rất thấp.

j) Trong một nồi nước muối sôi lớn, nấu ravioli cho đến khi chúng nổi lên trên cùng, khoảng 5 phút. Để ráo nước và chuyển vào chảo cùng với hẹ tây và đậu Hà Lan.

k) Nấu trong một hoặc hai phút để hòa quyện các hương vị , sau đó chuyển sang một bát lớn.

l) Nêm nhiều hạt tiêu và dùng ngay.

56. Mì Zucchini với Parmesan

làm cho 2
Tổng thời gian: 7 triệu phút

Thành phần

- 2 bí xanh vừa
- 2 muỗng canh bơ
- 3 tép tỏi lớn, băm nhỏ
- 3/4 cốc Parmesan cheese
- ớt đỏ li

Huớng

a) Cắt zucchini thành hình xoắn ốc hoặc sợi mì bằng máy cắt rau củ hoặc máy gọt vỏ thái sợi. Đặt mì sang một bên.

b) Đun nóng chảo lớn trên lửa vừa cao. Đun chảy bơ, sau đó thêm tỏi. Nấu tỏi cho đến khi có mùi thơm và trong mờ, khoảng 30 giây.

c) Thêm mì zucchini và nấu cho đến khi mềm, khoảng 3-5 phút.

d) Lấy chảo ra khỏi bếp, thêm phô mai parmesan và nêm thêm muối và hạt tiêu cho vừa ăn.

e) Thêm ớt l i mảnh sau đó phục vụ ấm áp.

57. Đậu phụ xào bơ hạnh nhân

làm cho 6

Thành phần

- 1 gói 12 ounce đậu phụ công ty.
- 2 Muỗng canh dầu mè (chia nhỏ).
- 4 muỗng canh tamari giảm natri
- 3 muỗng canh xi-rô phong.
- 2 muỗng canh bơ hạnh nhân
- 2 muỗng canh nước cốt chanh.
- 1-2 muỗng cà phê nước mắm tỏi ớt
- Rau
- Gạo hoang dã, gạo trắng hoặc gạo súp lơ.

Chỉ đường :

a) Khi lò được làm nóng trước, mở đậu phụ ra và cắt thành những khối nhỏ.

b) Trong khi chờ đợi, cho vào một bát trộn nhỏ, thêm một nửa dầu mè, tamari, xi-rô cây phong, bơ hạnh nhân, nước cốt chanh và sốt tỏi ớt/ớt đỏ/ớt Hàn Quốc. Pha trộn để tích hợp.

c) Thêm đậu phụ đã nướng vào nước sốt tamari bơ hạnh nhân và ướp trong 5 phút, thỉ nh thoảng khuấy. Ướp càng lâu thì hương vị càng đậm đà, tuy nhiên, tôi thấy 5-10 phút là đủ.

d) Đun nóng chảo lớn trên lửa vừa. Khi nóng, thêm đậu phụ, để lại phần lớn nước xốt.

e) Nấu trong khoảng 5 phút, thỉ nh thoảng khuấy, cho đến khi chín vàng đều các mặt và có màu hơi caramen. Lấy ra khỏi chảo và đặt sang một bên.

f) Cho dầu mè còn lại vào chảo.

64. Bát phật hạt diêm mạch

làm cho 2

Thành phần

Đậu xanh:

- 1 chén đậu xanh khô.
- 1/2 thìa cà phê muối biển.

diêm mạch:

- 1 muỗng canh dầu ô liu, dầu hạt nho hoặc bơ (hoặc dừa).
- 1 chén quinoa trắng (rửa kỹ).
- 1 3/4 cốc nước.
- 1 nhúm muối biển tốt cho sức khỏe.

Cải xoăn:

- 1 gói lớn cải xoăn xoăn

Nước sốt tahini:

- 1/2 chén tahini.
- 1/4 muỗng cà phê muối biển.
- 1/4 muỗng cà phê bột tỏi.
- 1/4 cốc nước.

Phục vụ:

- nước cốt chanh tươi.

Chỉ đường :

a) Ngâm đậu xanh qua đêm trong nước mát hoặc sử dụng phương pháp ngâm nhanh: Cho đậu xanh đã rửa sạch vào một cái nồi lớn và đổ nước ngập 2 inch. Để ráo nước, rửa sạch và cho trở lại nồi.

b) Để nấu đậu gà đã ngâm, cho vào nồi lớn và đổ nước ngập 2 inch. Đun sôi trên lửa lớn, sau đó giảm lửa nhỏ, thêm muối và khuấy đều, nấu không đậy nắp trong 40 phút - 1 giờ 20 phút.

c) Hãy nếm thử hạt đậu sau 40 phút để xem chúng mềm như thế nào. Sau khi chuẩn bị xong, vớt đậu ra để ráo nước và rắc thêm một chút muối.

d) Chuẩn bị nước xốt bằng cách cho tahini, muối biển và bột tỏi vào một bát trộn nhỏ và đánh đều để hòa quyện. Sau đó, thêm nước từng chút một cho đến khi nó tạo thành một loại nước sốt có thể đổ được.

e) Thêm 1/2-inch nước vào chảo vừa và đun sôi trên lửa vừa. Ngay lập tức loại bỏ cải xoăn khỏi nhiệt và chuyển sang một món ăn nhỏ để phục vụ.

65. Bún đậu hủ

Thành phần :

- 1/2 quả dưa chuột lớn.
- 100 ml giấm gạo đỏ.
- 2 muỗng canh đường vàng.
- 100ml dầu ăn.
- 200 g đậu phụ gói công ty, cắt miếng vuông 3 cm.
- 2 muỗng canh xi-rô phong.
- 4 muỗng canh tương miso nâu hoặc trắng.
- 30g vừng trắng.
- 250 g mì soba khô.
- 2 củ hành tây, cắt nhỏ, để phục vụ.

Chỉ đường :

a) Sử dụng dụng cụ gọt vỏ, cắt những dải ruy băng mỏng ra khỏi dưa chuột, để lại hạt. Đặt các dải ruy băng vào một cái bát và đặt sang một bên. Đun nóng nhẹ giấm, đường, 1/4 thìa cà phê muối và 100ml nước trong chảo trên lửa vừa trong 3-5 phút cho đến khi đường hóa lỏng, sau đó đổ lên dưa chuột và để dưa chua trong tủ lạnh trong khi bạn chuẩn bị đậu hũ.

b) Đun nóng tất cả trừ 1 muỗng canh dầu trong chảo chống dính lớn trên lửa vừa cho đến khi bong bóng bắt đầu nổi lên trên bề mặt. Thêm đậu phụ và chiên trong 7-10 phút .

c) Trong một cái bát nhỏ, trộn mật ong và miso với nhau. Trải hạt mè ra đĩa. Phết nước sốt mật ong dính lên đậu phụ chiên và để phần thừa sang một bên. Bọc đều đậu phụ trong hạt, rắc một chút muối và để ở nơi ấm áp.

d) Chuẩn bị mì và trộn với phần dầu còn lại, nước sốt còn lại và 1 muỗng canh nước ngâm dưa chuột. Nấu trong 3 phút cho đến khi ấm qua.

66. Đậu phụ teriyaki BBQ thuần chay

Thành phần :

- 4 muỗng canh nước tương ít muối.
- 2 muỗng canh đường nâu mềm.
- Nhúm gừng xay.
- 2 muỗng canh mirin.
- 3 thìa cà phê dầu mè.
- 350 g đậu phụ cực cứng (xem mẹo bên dưới) cắt thành lát dày.
- 1/2 muỗng canh dầu hạt cải.
- 2 bí xanh, cắt thành dải theo chiều ngang.
- 200 g bông cải xanh non.
- Hạt mè trắng và đen, để phục vụ.

Chỉ đường :

a) Trộn nước tương, đường nâu mềm, gừng và rượu mirin với 1 muỗng cà phê dầu mè và phết lên khắp các miếng đậu phụ.

b) Đặt chúng trong một bữa ăn lớn, nông và phủ lên phần nước xốt còn lại. Thư giãn trong ít nhất 1 giờ.

c) Làm nóng lò nướng cho đến khi than có màu trắng sáng hoặc làm nóng chảo nướng. Trộn dầu mè còn lại với dầu hạt cải và quét các lát bí xanh và bông cải xanh.

d) Nướng chúng trên than trong 7-10 phút hoặc cho đến khi chúng đau rồi để riêng và giữ ấm.

e) Nướng các miếng đậu phụ trên cả hai mặt trên than trong 5 phút (hoặc sử dụng chảo rán) cho đến khi chúng chuyển sang màu nâu và giòn ở các cạnh.

f) Bày đậu phụ trên một lớp rau với nước xốt còn lại và rắc vừng lên trên.

67. Đậu hũ củ cải

Thành phần :

- 200 g đậu phụ cứng.
- 2 muỗng canh hạt mè.
- 1 muỗng canh togarashi sashimi Nhật Bản.

hỗn hợp gia vị

- 1/2 muỗng canh bột ngô.
- 1 Muỗng canh dầu mè.
- 1 muỗng canh dầu thực vật.
- 200 g bông cải xanh non.
- 100 g đậu Hà Lan ngâm đường.
- 4 củ cải, thái nhỏ.
- 2 củ hành tây, thái lát cẩn thận.
- 3 quả quất, thái lát rất mị n.

cho băng

- 2 muỗng canh nước tương Nhật ít muối.
- 2 muỗng canh nước ép yuzu
- 1 muỗng cà phê đường vàng.
- 1 củ hẹ nhỏ, thái hạt lựu.
- 1 muỗng cà phê gừng nạo.

Chỉ đường :

a) Cắt đậu phụ làm đôi, bọc kỹ bằng giấy ăn và bày ra đĩa. Đặt một cái chảo nặng lên trên để ép nước ra khỏi chảo. Lật giấy vài lần cho đến khi đậu hũ khô lại thì cắt miếng vừa ăn.

b) Trộn đều hạt mè, hỗn hợp gia vị Nhật Bản và bột ngô trong một cái bát. Xị t lên đậu phụ cho đến khi có lớp tốt. Để qua một bên.

c) Trong một cái bát nhỏ, trộn các Thành phần sốt với nhau. Đun sôi một nồi nước rồi cho rau vào đun nóng hai loại dầu trong chảo lớn.

d) Khi chảo rất nóng, cho đậu phụ vào và chiên mỗi mặt khoảng 1 phút cho đến khi có màu nâu đẹp mắt.

e) Khi nước sôi, cho bông cải và đậu Hà Lan vào chần sơ qua trong 2-3 phút.

68. Salad cá ngừ hun khói

Cá ngừ đậu xanh:

- 15 oz. đậu xanh nấu chín đóng hộp hoặc cách khác.
- 2-3 muỗng canh sữa chua nguyên chất không sữa hoặc mayo thuần chay.
- 2 muỗng cà phê mù tạt Dijon.
- 1/2 muỗng cà phê thì là xay.
- 1/2 muỗng cà phê ớt bột hun khói.
- 1 muỗng canh nước cốt chanh tươi.
- 1 cọng cần tây thái hạt lựu.
- 2 nhánh hành lá cắt nhỏ.
- muối biển để hương vị .

Lắp ráp bánh sandwich:

- 4 miếng bánh mì lúa mạch đen hoặc bánh mì nảy mầm.
- 1 chén rau bina cho trẻ sơ sinh.
- 1 quả bơ thái lát hoặc hình khối.
- Muối + tiêu.

Chỉ đường :

a) Chuẩn bị món salad cá ngừ đậu xanh

b) Trong một bộ xử lý thực phẩm, xay đậu gà cho đến khi chúng trông giống như một kết cấu thô và vụn. Thìa đậu xanh vào một bát cỡ vừa và thêm phần còn lại của các Thành phần hoạt động, khuấy cho đến khi kết hợp tốt. Nêm nhiều muối biển theo khẩu vị của riêng bạn.

c) Làm bánh sandwich của bạn

d) Xếp rau bina non lên từng lát bánh mì; thêm vài đống salad cá ngừ đậu xanh, dàn đều. Đặt những lát bơ lên trên, một vài hạt muối biển và hạt tiêu mới xay.

69. Giá đỗ xanh

Thành phần :

- 600 g cải bruxen, cắt làm tư.
- 600 g đậu xanh.
- 1 muỗng canh dầu ô liu.
- Vỏ và nước cốt 1 quả chanh.
- 4 muỗng canh hạt thông nướng.

Chỉ đường :

a) Nấu trong vài giây, sau đó thêm rau và xào trong 3-4 phút cho đến khi rau mầm hơi ngả màu.

b) Thêm một vắt nước cốt chanh và muối và hạt tiêu cho vừa ăn.

70. M nấm cơm thập cẩm

làm cho 2

Thành phần

- 1 chén hạt gai dầu
- 2 muỗng canh Dầu dừa
- 3 Nấm vừa, thái hạt lựu nhỏ
- 1/4 chén hạnh nhân cắt lát
- 1/2 chén nước luộc rau
- 1/2 muỗng cà phê bột tỏi
- 1/4 muỗng cà phê mùi tây khô
- Muối và hạt tiêu cho vừa ăn

Huớng

a) Đun nóng dầu dừa trong chảo trên lửa vừa và để sôi. Thêm hạnh nhân thái lát và nấm vào chảo khi nó bắt đầu nổi bong bóng.

b) Thêm hạt gai dầu vào chảo sau khi nấm mềm. Trộn tất cả mọi thứ kỹ lưỡng.

c) thêm nước dùng và gia vị .

d) Giảm nhiệt xuống mức trung bình thấp và để nước dùng ngấm và đun nhỏ lửa.

71. xà lách trộn C thuần chay

làm cho 3

Thành phần

- Bắp cải Savoy 1/4 đầu
- 1/3 chén Mayonnaise thuần chay
- 1 muỗng canh nước cốt chanh
- 1 muỗng cà phê mù tạt Dijon
- 1/4 muỗng cà phê bột tỏi
- 1/4 muỗng cà phê bột hành tây
- 1/4 muỗng cà phê Tiêu
- 1/8 muỗng cà phê Ớt bột
- nhúm muối

Hướng

a) Cắt bắp cải Savoy theo chiều dọc để từng sợi rời khỏi bắp cải.

b) Kết hợp Bắp cải với tất cả các Thành phần khác trong một bát trộn. Quăng xung quanh.

72. khúc V e ggie

làm cho 2

Thành phần

- 6 muỗng canh dầu ô liu
- 240g Nấm Baby Bella
- 115g bông cải xanh
- 90g ớt chuông
- 90g cải bó xôi
- 2 muỗng canh hạt bí ngô
- 2 muỗng cà phê tỏi băm
- 1 muỗng cà phê muối
- 1 thìa cà phê tiêu
- 1/2 muỗng cà phê bột ớt đỏ

Hướng

a) Đun nóng dầu ô liu trong chảo trên lửa lớn. một đ tỏi và nấu trong một phút.

b) Khi tỏi bắt đầu chuyển sang màu nâu, thêm nấm và khuấy đều.

c) Sau khi nấm đã ngấm phần lớn dầu, thêm bông cải xanh và ớt và trộn kỹ mọi thứ.

d) Quăng tất cả các gia vị và hạt bí ngô .

e) Sau khi các loại rau đã chín, hãy rắc rau bina lên trên và để hơi nước làm héo chúng.

f) Trộn tất cả mọi thứ lại với nhau và phục vụ khi rau bina đã héo.

73. Đậu xanh hồ đào rang

làm cho 4

Thành phần

- 1 lb đậu xanh
- 1/4 chén dầu ô liu
- 1/2 chén hồ đào xắt nhỏ
- 1 vỏ chanh
- 2 muỗng cà phê tỏi băm
- 1 muỗng cà phê hạt tiêu đỏ

Hướng

a) Trong một bộ xử lý thực phẩm, xay hồ đào.
b) Quăng đậu xanh với dầu ô liu, vỏ chanh, tỏi băm nhỏ và ớt đỏ.
c) Làm nóng lò ở nhiệt độ 350°F và rang đậu xanh trong 20-25 phút.
d) Trang trí với quả hồ đào xay.

74. cải xoăn xào

làm cho 2

Thành phần

- 1/2 túi cải xoăn
- Dầu chiên ngập dầu
- Muối và hạt tiêu cho vừa ăn

Hướng

a) Trong một nồi chiên ngập dầu, đun nóng dầu cho đến khi nóng.
b) mầm cải xoăn vào giỏ nồi chiên.
c) Tiếp tục nấu cải xoăn cho đến khi các cạnh của củ có màu nâu và lá có màu xanh đậm.
d) Lấy ra khỏi rổ và thấm hết mỡ thừa trên khăn giấy.
e) Thêm muối và hạt tiêu để nếm và thưởng thức!

75. rau củ nướng

Làm cho 6 phần ăn

Thành phần

- 2 bí xanh vừa
- 8 lạng nấm
- 2 quả ớt chuông
- 4 muỗng canh dầu bơ
- 1/2 muỗng cà phê oregano khô
- 1/2 muỗng cà phê húng quế khô
- 1/4 muỗng cà phê bột tỏi
- 1/2 muỗng cà phê hương thảo khô

Hướng

a) Kết hợp dầu với các loại gia vị khô. Thêm một chút muối và hạt tiêu.

b) Trộn rau với nước xốt và để yên trong 10 phút hoặc hơn trong khi bạn hâm nóng BBQ.

c) Nướng rau trên lửa khá nóng. Nấu rau cho đến khi chúng mềm và giòn, và phục vụ!

76.Salad rau xanh tổng hợp

làm cho 1

Thành phần

Xa lát

- 2 oz. rau xanh hỗn hợp
- 3 muỗng canh hạt thông hoặc hạnh nhân, rang
- 2 muỗng canh của một Vinaigrette ưa thích
- 2 muỗng canh Parmesan bào
- 1 quả bơ, loại bỏ hạt và da và thái lát
- Muối và hạt tiêu cho vừa ăn

Huóng

a) Phục vụ: Quăng rau xanh với hạt thông và dấm.
b) Nêm muối và hạt tiêu cho vừa ăn và Trang trí bằng phô mai parmesan.
c) Thưởng thức.

77. T ofu và bok choy

làm cho 3

Thành phần

- 15 oz. đậu hũ siêu cứng
- 9 oz. Bok choy

gia vị

- 1 muỗng canh nước tương
- 1 muỗng canh dầu mè
- 1 muỗng canh nước
- 2 muỗng cà phê tỏi băm
- Nước cốt 1/2 quả chanh

Nước xốt

- 1 cọng Hành lá
- 2 muỗng canh rau mùi, xắt nhỏ
- 3 muỗng canh dầu dừa
- 2 muỗng canh nước tương
- 1 muỗng canh Sriracha
- 1 muỗng canh bơ đậu phộng
- Nước cốt 1/2 quả chanh
- 7 giọt Stevia lỏng

Hướng

a) Làm nóng lò ở nhiệt độ 350 độ F.
b) Kết hợp tất cả các Thành phần xốt trong một bát trộn (nước tương, dầu mè, nước, tỏi và chanh).
c) Cắt đậu phụ thành hình vuông và trộn với nước xốt trong túi nhựa. Ướp trong 10 phút hoặc lâu hơn.
d) Lấy đậu phụ ra và nướng trên khay nướng trong 15 phút.
e) Trong một đĩa trộn, kết hợp tất cả các Thành phần nước sốt.
f) Lấy đậu phụ ra khỏi lò và kết hợp đậu phụ, cải ngọt và nước sốt trong một bát salad.

78. Salad dưa leo C thuần chay

làm cho 1

Thành phần

- 3/4 quả dưa chuột lớn
- 1 gói mì Shir a taki
- 2 muỗng canh dầu dừa
- 1 củ hành vừa
- 1/4 muỗng cà phê hạt tiêu đỏ
- 1 muỗng canh dầu mè
- 1 muỗng cà phê hạt mè
- Muối và hạt tiêu cho vừa ăn

Hướng

a) Đun nóng 2 muỗng canh dầu dừa trong chảo trên lửa vừa và cao.
b) Thêm mì và cov er . Nấu trong 5-7 phút hoặc cho đến khi giòn và có màu nâu.
c) Lấy mì Shirataki ra khỏi chảo và để ráo nước trên khăn giấy. Để qua một bên.
d) Dưa chuột cắt lát mỏng và cho vào bát. Rắc hành lá, ớt đỏ , dầu mè và mì.
e) Nêm nếm với muối và hạt tiêu.
f) Trang trí với hạt vừng và phục vụ trên đĩa.

79. Tempeh và khoai lang

Làm cho 4 phần ăn

Thành phần

- 1 pound tempeh
- 2 muỗng canh nước tương
- 1 muỗng cà phê rau mùi
- 1/2 muỗng cà phê bột nghệ
- 2 muỗng canh dầu ô liu
- 3 củ hẹ lớn, xắt nhỏ
- 2 củ khoai lang vừa, gọt vỏ và cắt thành viên xúc xắc 1/2 inch
- 2 muỗng cà phê gừng tươi nạo
- 1 cốc nước ép dứa
- 2 muỗng cà phê đường nâu nhạt
- Nước cốt của 1 quả chanh

Hướng

a) Trong một nồi nước sôi vừa, nấu tempeh trong 30 phút. Chuyển nó vào một cái bát nông. Thêm 2 muỗng canh nước tương, rau mùi và bột nghệ, trộn đều. Để qua một bên.

b) Trong một cái chảo lớn, đun nóng 1 muỗng canh dầu trên lửa vừa. Thêm tempeh và nấu cho đến khi chín vàng cả hai mặt, khoảng 4 phút mỗi mặt. Lấy ra khỏi chảo và đặt sang một bên.

c) Trong cùng một chảo, đun nóng 2 muỗng canh dầu còn lại trên lửa vừa. Thêm hẹ và khoai lang. Đậy nắp và nấu cho đến khi hơi mềm và có màu nâu nhạt, khoảng 10 phút.

d) Khuấy gừng, nước ép dứa, 1 muỗng canh nước tương còn lại và đường, khuấy đều để kết hợp.

e) Giảm nhiệt xuống thấp, thêm tempeh đã nấu chín, đậy nắp và nấu cho đến khi khoai tây mềm, khoảng 10 phút. Chuyển tempeh và khoai lang vào đĩa phục vụ và giữ ấm.

f) Khuấy nước cốt chanh vào nước sốt và đun nhỏ lửa trong 1 phút để hương vị hòa quyện.

g) Rưới nước sốt lên tempeh và dùng ngay.

80. Salad quinoa Hàn Quốc

Cho món salad:

- 1/2 chén quinoa nấu chín, tôi sử dụng kết hợp màu đỏ và trắng.
- 3 muỗng canh cà rốt nghiền.
- 2 muỗng canh ớt đỏ, thái lát cẩn thận.
- 3 muỗng canh dưa chuột, thái nhỏ.
- Nếu đông lạnh, rã đông 1/2 cốc edamame.
- 2 nhánh hành lá, thái nhỏ.
- 1/4 chén bắp cải đỏ, thái nhỏ.
- 1 muỗng canh rau mùi, thái nhỏ.
- 2 muỗng canh đậu phộng rang, băm nhỏ (tùy thích).
- Để nếm muối.

Sốt đậu phộng Hàn Quốc:

- 1 muỗng canh bơ đậu phộng tự nhiên dạng kem.
- 2 muỗng cà phê nước tương ít muối.
- 1 muỗng cà phê giấm gạo.
- 1/2 muỗng cà phê dầu mè.
- 1/2 - 1 muỗng cà phê nước sốt sriracha (tùy chọn).
- 1 tép tỏi, băm nhuyễn.
- 1/2 muỗng cà phê Gừng nạo.
- 1 thìa cà phê nước cốt chanh.
- 1/2 thìa cà phê mật hoa thùa (hoặc mật ong).

Chỉ đường :

a) Làm sốt đậu phộng Hàn Quốc:

b) Kết hợp tất cả các thành phần để mặc một bát nhỏ và trộn cho đến khi kết hợp tốt.

c) Để làm món salad:

d) Tích hợp quinoa với rau trong một bát trộn. Thêm băng và trộn đều để tích hợp.

e) Rắc đậu phộng rang lên trên và phục vụ!

81. Sorbet bơ chanh ngâm ngò

làm cho 4

Thành phần

- 2 quả bơ (đã loại bỏ hạt và vỏ)
- 1/4 cốc Erythritol dạng bột
- 2 trái chanh vừa, ép lấy nước và ép
- 1 cốc nước cốt dừa
- 1/4 muỗng cà phê Stevia lỏng
- 1/4 - 1/2 chén Rau mùi, Xắt nhỏ

Huớng

a) Đun sôi nước cốt dừa trong nồi. A dd vỏ chanh.
b) Để hỗn hợp nguội rồi đóng băng .
c) Trong một bộ xử lý thực phẩm, kết hợp bơ, rau mùi và nước cốt chanh. Xung cho đến khi hỗn hợp có kết cấu chunky.
d) Đổ hỗn hợp nước cốt dừa và stevia lỏng lên trên quả bơ. Trộn hỗn hợp với nhau cho đến khi đạt được độ đặc thích hợp. Mất khoảng 2-3 phút để thực hiện nhiệm vụ này.
e) Quay trở lại tủ đông để rã đông hoặc phục vụ ngay lập tức!

82. P bí ngô bánh pho mát

làm cho 1

Thành phần

Lớp vỏ

- 3/4 chén bột hạnh nhân
- 1/2 chén bột hạt lanh
- 1/4 chén bơ
- 1 muỗng cà phê gia vị bánh bí ngô
- 25 giọt Stevia lỏng

Điền

- 6 oz. Kem Phô Mai Thuần Chay
- 1/3 cốc bí ngô nghiền
- 2 muỗng canh kem chua
- 1/4 cốc kem nặng thuần chay
- 3 muỗng canh bơ
- 1/4 muỗng cà phê gia vị bánh bí ngô
- 25 giọt Stevia lỏng

Hướng

a) Kết hợp tất cả các Thành phần khô của lớp vỏ và khuấy kỹ.
b) Nghiền các Thành phần khô với bơ và cỏ ngọt lỏng cho đến khi tạo thành bột nhão.
c) Đối với khuôn bánh tart nhỏ của bạn, hãy cán bột thành những khối cầu nhỏ.
d) Nhấn bột vào mặt của khuôn bánh tart cho đến khi nó chạm và đi lên các mặt.
e) Kết hợp tất cả các thành phần làm đầy trong một bát trộn.
f) Trộn các Thành phần làm nhân với nhau bằng máy xay sinh tố.
g) Khi các Nguyên liệu làm nhân đã mị n, cho chúng vào vỏ bánh và làm lạnh .
h) Lấy ra khỏi tủ lạnh, cắt lát và phủ kem tươi lên trên nếu muốn.

83. kem ocha

làm cho 2

Thành phần

- 1 cốc nước cốt dừa
- 1/4 cốc kem nặng thuần chay
- 2 muỗng canh Erythritol
- 20 giọt Stevia lỏng
- 2 muỗng canh bột ca cao
- 1 muỗng cà phê hòa tan
- cây bạc hà

Hướng

a) Trộn tất cả các Thành phần và sau đó chuyển sang máy làm kem của bạn và khuấy theo hướng dẫn của nhà sản xuất trong 15-20 phút.

b) Khi kem đã đông mềm, dùng ngay với một lá bạc hà .

84. anh đào và bánh rán sô cô la

làm cho 12

Thành phần khô

- 3/4 chén bột hạnh nhân
- 1/4 chén bột hạt lanh vàng
- 1 muỗng cà phê Bột nở
- nhúm muối
- 10g thanh Dark Choco muộn , cắt hạt lựu

Nguyên liệu ướt

- 2 quả trứng lớn
- 1 muỗng cà phê chiết xuất vani
- 2 1/2 muỗng canh dầu dừa
- 3 muỗng canh nước cốt dừa

Hướng

a) Trong một bát trộn lớn, kết hợp các Thành phần khô (trừ sô cô la đen).

b) Thành phần ướt và sau đó cho các khối Sôcôla vào d ark .

c) Cắm máy làm bánh rán của bạn và tra dầu nếu cần.

d) Đổ bột vào máy làm bánh rán, đóng và nấu khoảng 4-5 phút.

e) Giảm nhiệt xuống thấp và nấu thêm 2-3 phút nữa.

f) Lặp lại cho phần còn lại của bột và sau đó phục vụ.

85. bánh pudding việt quất

làm cho 1

Thành phần

- 1/4 chén bột dừa
- 1/4 muỗng cà phê Bột nở
- 2 muỗng canh dầu dừa
- 2 muỗng canh bơ thuần chay
- 2 muỗng canh kem nặng thuần chay
- 2 thìa nước cốt chanh
- Vỏ 1 quả chanh
- 1/4 chén quả mâm xôi
- 2 muỗng canh Erythritol
- 20 giọt Stevia lỏng

Huớng

a) Làm nóng lò ở nhiệt độ 350 độ F.
b) Rây Thành phần khô lên trên thành phần ướt và trộn ở tốc độ thấp cho đến khi kết hợp hoàn toàn.
c) Chia bột giữa hai ramekin.
d) Đẩy quả mâm xôi vào trên cùng của bột để phân bố đều trong bột.
e) Ba ke trong 20-25 phut.
f) Phục vụ với một ít kem đánh bông nặng trên đầu!

86. Bánh bí ngô với xi-rô cây thích

Làm cho 8 phần ăn

Thành phần

- 1 vỏ bánh chay
- 1 (16-ounce) hộp bí ngô gói đặc
- 1 (12-ounce) gói đậu phụ lụa siêu cứng, để ráo nước
- 1 chén đường
- 2 muỗng cà phê bột quế
- 1/2 muỗng cà phê hạt tiêu xay
- 1/2 muỗng cà phê gừng xay
- 1/2 muỗng cà phê hạt nhục đậu khấu

Hướng

a) Xay bí ngô và đậu phụ trong máy xay thực phẩm cho đến khi mị n. Thêm đường, xi-rô phong, quế, hạt tiêu, gừng và nhục đậu khấu cho đến khi mị n.

b) Làm nóng lò ở nhiệt độ 400 độ F.

c) Đổ đầy vỏ bánh với nhân. Nướng trong 15 phút ở 350°F.

87. Bánh quê mộc mạc

Làm từ 4 đến 6 phần ăn

Thành phần

- Khoai tây vàng Yukon, gọt vỏ và thái hạt lựu
- 2 muỗng canh bơ thực vật thuần chay
- 1/4 cốc sữa đậu nành không đường
- Muối và hạt tiêu đen mới xay
- 1 muỗng canh dầu ô liu
- 1 củ hành vàng vừa, thái nhỏ
- 1 củ cà rốt vừa, thái nhỏ
- 1 xương sườn cần tây, thái nhỏ
- 12 ounces 'seita n , thái nhỏ
- 1 chén đậu Hà Lan đông lạnh
- 1 chén hạt ngô đông lạnh
- 1 muỗng cà phê mặn khô
- 1/2 muỗng cà phê cỏ xạ hương khô

Hướng

a) Trong một nồi nước muối sôi, nấu khoai tây cho đến khi mềm, từ 15 đến 20 phút.

b) Để ráo nước và trở lại nồi. Thêm bơ thực vật, sữa đậu nành, muối và hạt tiêu cho vừa ăn.

c) Nghiền thô bằng máy nghiền khoai tây và đặt sang một bên. Làm nóng lò ở 350 ° F.

d) Trong một cái chảo lớn, đun nóng dầu trên lửa vừa. Thêm hành tây, cà rốt và cần tây.

e) Đậy nắp và nấu cho đến khi mềm, khoảng 10 phút. Chuyển rau vào chảo nướng 9 x 13 inch. Khuấy seitan, sốt nấm, đậu Hà Lan, ngô, mặn và cỏ xạ hương.

f) Nêm muối và tiêu cho vừa ăn rồi phết đều hỗn hợp vào khay nướng.

g) Cho khoai tây nghiền lên trên, trải ra các cạnh của chảo nướng. Nướng cho đến khi khoai tây chín vàng và nhân sủi bọt, khoảng 45 phút.
h) Phục vụ ngay lập tức.

88. Nước xốt sô cô la amaretto

Làm cho 4 phần ăn

Thành phần

- 3 ounce sô cô la nướng không đường
- 1 chén kem nặng
- 24 gói chất làm ngọt aspartame
- 1 muỗng canh đường
- 1 muỗng cà phê amaretto
- 1 muỗng cà phê chiết xuất vani
- Quả mọng , $\frac{1}{2}$ cốc mỗi khẩu phần

Hướng

a) Bẻ sô cô la thành từng miếng nhỏ và cho vào ly thủy tinh 2 cốc cùng với kem.

b) Đun nóng trong lò vi sóng ở nhiệt độ cao cho đến khi sô cô la tan chảy, khoảng 2 phút . Đánh cho đến khi hỗn hợp sáng bóng.

c) Thêm chất làm ngọt, đường, amaretto và vani, đánh cho đến khi hỗn hợp mị n.

d) Chuyển hỗn hợp vào nồi nước xốt hoặc bát phục vụ. Ăn kèm với quả mọng để ngâm.

89. Bánh flan với quả mâm xôi

Làm từ 2 đến 4 phần ăn

Thành phần

- 1 ly sữa
- 1 chén ruỗi
- 2 quả trứng lớn
- 2 lòng đỏ trứng lớn
- 6 gói chất làm ngọt aspartame
- $\frac{1}{4}$ muỗng cà phê muối kosher
- 1 muỗng cà phê chiết xuất vani
- 1 chén quả mâm xôi tươi

Hướng

a) Đặt chảo rang chứa đầy 1 inch nước trên giá ở phần dưới của lò nướng.

b) Bơ ramekins sáu $\frac{1}{2}$ inch. Đun nóng sữa và sữa ruỗi trong lò vi sóng ở nhiệt độ cao (công suất 100 phần trăm) trong 2 phút hoặc trên bếp trong nồi vừa cho đến khi ấm.

c) Trong khi đó, đánh trứng và lòng đỏ trứng trong một bát vừa cho đến khi sủi bọt.

d) Dần dần trộn hỗn hợp sữa nóng vào trứng. Khuấy chất làm ngọt, muối và vani. Đổ hỗn hợp vào ramekins đã chuẩn bị .

e) Cho vào chảo chứa đầy nước và nướng cho đến khi sữa trứng đông lại, khoảng 30 phút.

f) Lấy các đĩa ra khỏi chảo rang và để nguội đến nhiệt độ phòng trên giá dây, sau đó cho vào tủ lạnh cho đến khi lạnh, khoảng 2 giờ.

g) Để làm coulis, chỉ cần xay nhuyễn quả mâm xôi trong máy xay thực phẩm. Thêm chất ngọt để hương vị .

h) Để phục vụ, hãy dùng thìa chạy xung quanh mép của từng viên sữa trứng và bày ra đĩa tráng miệng.

i) Rưới coulis lên trên mặt sữa trứng và kết thúc bằng một ít quả mâm xôi tươi và một nhánh bạc hà, nếu dùng.

90. quả bóng trong rượu bourbon

Làm 2 phần ăn

Thành phần

- $\frac{1}{2}$ chén quả dưa
- $\frac{1}{2}$ cốc dâu tây cắt đôi
- 1 muỗng canh rượu bourbon
- 1 muỗng canh đường
- $\frac{1}{2}$ gói chất làm ngọt aspartame
- Nhánh bạc hà tươi để trang trí

Huớng

a) Kết hợp các viên dưa và dâu tây trong một đĩa thủy tinh.

b) Quăng với rượu bourbon, đường và aspartame.

c) Đậy nắp và làm lạnh cho đến khi phục vụ. Múc trái cây ra đĩa tráng miệng và trang trí bằng lá bạc hà.

91. nước sốt trang trại tỏi

hành phần

1 muỗng cà phê bột tỏi

2 muỗng canh sốt mayonaise

2 muỗng cà phê mù tạt Dijon

2 thìa nước cốt chanh tươi

Muối và hạt tiêu đen mới xay để nếm

uóng

) Trộn tất cả các thành phần trong một bát salad.

) Quăng với một món salad và phục vụ.

92. Sốt hành tím và ngò rí

'hành phần

- 1 muỗng cà phê hành tím thái nhỏ
- ½ muỗng cà phê gừng kết tinh thái nhỏ
- 1 muỗng canh hạnh nhân chần và cắt nhỏ
- 2 muỗng cà phê hạt mè
- ¼ muỗng cà phê hạt hồi
- 1 muỗng cà phê rau mùi tươi băm nhỏ
- ⅛ muỗng cà phê cayenne
- 1 muỗng canh giấm rượu trắng
- 1 muỗng canh dầu ô liu siêu nguyên chất

luớng

) Trong một bát nhỏ, kết hợp hành tây, gừng, hạnh nhân, hạt vừng, hạt hồi, rau mùi, ớt cayenne và giấm.

) Khuấy dầu ô liu cho đến khi kết hợp tốt.

93. Sốt kem Dilly ranch

'hành phần

2 muỗng canh sốt mayonaise
1 muỗng canh thì là tươi thái nhỏ
1 muỗng canh giấm rượu trắng
1 muỗng cà phê mù tạt Dijon

Iuớng

) Khuấy đều tất cả các Thành phần trong một bát salad.
) Quăng với salad và phục vụ.

94. Sốt cha cha nóng

hành phần

1 muỗng canh dầu ô liu siêu nguyên chất
1 muỗng canh sốt mayonaise
2 muỗng canh salsa nhẹ hoặc nóng
$\frac{1}{4}$ muỗng cà phê tiêu đen mới xay
$\frac{1}{8}$ muỗng cà phê thì là xay
1 muỗng cà phê bột tỏi
$\frac{1}{4}$ muỗng cà phê oregano
Cayenne để hương vị (tùy chọn)
Muối và hạt tiêu đen mới xay để nếm

ướng

) Trộn đều tất cả các Thành phần trong một bát nhỏ.
) Hương vị và điều chỉ nh gia vị .

95. Giấm kiểu Cajun

'hành phần

2 muỗng canh giấm rượu vang đỏ

½ muỗng cà phê ớt bột ngọt

½ muỗng cà phê mù tạt Dijon dạng hạt

⅛ muỗng cà phê ớt cayenne hoặc nếm thử

⅛ muỗng cà phê (hoặc ít hơn) đường thay thế, tùy chọn hoặc theo khẩu vị

2 muỗng canh dầu ô liu siêu nguyên chất

muối và hạt tiêu đen mới xay để nếm

luóng

) Khuấy đều tất cả các Thành phần trong một bát salad. Hương vị và điều chỉ nh gia vị .

) Lớp rau xà lách lên trên, quăng và phục vụ.

96. giấm mù tạt

'hành phần

2 muỗng canh dầu ô liu siêu nguyên chất

2 muỗng cà phê hạt mù tạt

1 muỗng canh bột tỏi

½ muỗng cà phê cải ngựa đã chuẩn bị

2 muỗng canh giấm rượu vang đỏ

¼ muỗng cà phê đường

Muối và hạt tiêu đen mới xay để nếm

łướng

) Trộn tất cả các thành phần trong một bát salad. Hương vị và điều chỉ nh gia vị .

) Xếp lớp với rau xà lách và trộn ngay trước khi ăn.

97. dấm gừng và hạt tiêu

hành phần

1 muỗng canh giấm rượu gạo

$\frac{1}{4}$ muỗng cà phê đường

1 tép tỏi, thái nhỏ

$\frac{1}{2}$ muỗng cà phê gừng tươi thái nhỏ

$\frac{1}{4}$ muỗng cà phê ớt khô nghiền nát

$\frac{1}{4}$ muỗng cà phê mù tạt khô

$\frac{1}{4}$ muỗng cà phê dầu mè

2 muỗng canh dầu thực vật

lướng

) Trộn tất cả các thành phần trong một bát salad. Hương vị và điều chỉ nh gia vị .

) Xếp lớp với rau xà lách và trộn ngay trước khi ăn.

98. dấm cam quýt

'hành phần

1 muỗng canh nước cốt chanh tươi

1 muỗng canh nước cốt chanh tươi

1 muỗng canh nước cam tươi

1 muỗng cà phê giấm rượu gạo

3 muỗng canh dầu ô liu siêu nguyên chất

½ muỗng cà phê đường

Muối và hạt tiêu đen mới xay để nếm

uóng

) Trộn tất cả các Thành phần trong một bát salad lớn. Lớp lá rau diếp lên băng.

) Quăng ngay trước khi phục vụ.

99. Hạt tiêu trắng và chà xát đinh hương

'hành phần

- $\frac{1}{4}$ chén hạt tiêu trắng
- 1 muỗng canh hạt tiêu xay
- 1 muỗng canh bột quế
- 1 muỗng canh bột mặn
- 2 muỗng canh toàn bộ đinh hương
- 2 muỗng canh hạt nhục đậu khấu
- 2 muỗng canh ớt bột
- 2 muỗng canh cỏ xạ hương khô

luớng

) Kết hợp tất cả các Thành phần trong máy xay sinh tố hoặc bộ xử lý thực phẩm.

) Bảo quản trong lọ có nắp đậy kín.

100. Chà xát khô ớt

hành phần

3 muỗng canh bột tỏi

3 muỗng canh ớt bột

1 thìa ớt bột

2 thìa cà phê muối

1 muỗng cà phê tiêu đen mới xay, hoặc nếm thử

$\frac{1}{4}$ muỗng cà phê cayenne

ướng

) Nghiền hỗn hợp gia vị trong máy xay thực phẩm hoặc máy xay sinh tố, hoặc dùng cối và chày.

) Bảo quản trong lọ có nắp đậy kín.

PHẦN KẾT LUẬN

Nếu bạn nghĩ đồ ăn Hàn Quốc chỉ có thị t nướng và gà rán thì hãy nghĩ lại! Theo truyền thống, ẩm thực Hàn Quốc chủ yếu dựa vào ngũ cốc, các loại đậu và rau. Thị t khan hiếm, vì vậy tổ tiên của chúng ta không ăn nhiều thị t như chúng ta ngày nay.